நீத்தார் பாடல்

நீத்தார் பாடல்

பிறழ்வுக் குறிப்புகளிலிருந்து

கற்பகம்.யசோதர

வடலி

நீத்தார் பாடல் (கவிதைகள்)

கற்பகம் . யசோதர

தொகுப்பாசிரியர்: பாலசுப்ரமணியம் காண்டீபராஜ்

முதற்பதிப்பு : டிசம்பர் 2013

வெளியீடு:
வடலி வெளியீடு ஃஎப் 1,ஆர்.கே.என். கன்ஸ்ரக்ஸ்சன்,8ஏ,
சிறீவாரி ப்ளாட்ஸ்,லஷ்மிபுரம்,வடபழனி,சென்னை 60026,
தமிழ்நாடு இந்தியா.பேச: இந்தியா +9198404 15102,
கனடா: +16478963036
விலை :ரூ.80

Songs of the Dead (poetry)

Karpagam . Yasodhara

Editor: Balasubramaniam Kandeebaraj

Cover Design: Vijayan

First Edition: 2013

Collaboratively Published by:
Vadaly Veliyeedu
F1, RKN Construction,
8A, Srivari flats
Lakshmipuram
Azhagiri Nagar 4t street,
Vadapalani,
Chennai - 600026
Email: sales.vadaly@gmail.com
www.vadaly.com
AND;
Misfits for change (Scarborough, ON, Canada)
http://misfitsforchange.wordpress.com/
misfits4change@gmail.com
ktdeepa@gmail.com | Phone: 647-975-1143

படலையைத் திறந்து கொண்டு சென்ற,
தமது சகோதரர்களதும்
புதல்வர்களதும்
துணைவர்களதும்
வீடு திரும்புதலுக்காக
அதிகாரங்களால் வெல்ல முடியாத - பெரும்
நம்பிக்கையுடன் காத்திருக்கின்ற
எம் தேசத்தின் (/ தேசங்களின்) பெண்களுக்கும்;
நம் அன்னையர்க்கும்.

உள்ளே

2005-2006

தீக்கோழி 14

இன்னுமோர் கொலை நாள் 16

நீத்தார் பாடல் 19

2006-2007

புதைகுழி 32

ஐக்கிய அமெரிக்க இராணுவம் X ஐ.நா. அறிக்கை 34

அன்பு மிகுந்தவர்கள் அவர்களே 36

என்றென்றைக்குமாக 39

டஹ்ரகவ்வை அறிதல் 41

2006-2007

குற்றங்களைக் காணாதிருத்தல் 44

எங்களின் எசமான்களே... 47

கலாசார இயக்கத்துக்குப் பாராட்டு 48

கள்ளத் தோணிகள் 50

2007

என் புத்தனே... 54

துப்பாக்கிக் காதலனுக்குக் காதலி 58

தொலைவிலிருந்து 60

2007-2008

ஓர் இனிய முத்தம் 64

அவன் என்னுடையவன் 66

அநாமதேயக் குறிப்பு 70

இ(ல்லாதி)ருத்தல் 72

ஓமர் காடர் கூறியவை 76

6 நீத்தார் பாடல்

பிறகு	78
மரங்கள்	81

2007

முற்றுப் பெறாத கொலைக் குறிப்பு	84
இறுதி வார்த்தைகள்	87
இதைக் 'கற்பளிக்கப்பட்டவள்' எழுதியிருக்கலாம்	90
பெண்களானால்!	92

2007

தோழர் அசிங்கம்	98
தோழர் அசிங்கம் 02	101

2007-2008

"ஆர் பெற்ற பிள்ளையோ"	104
பிள்ளைகள் தேவை	106
பிள்ளைகளற்ற நிலம்	108
	113
இரணைமடு 2007	115

2008-201?

பாலா அங்கிள்	118
இருத்தலை நிறுத்தி விட்டார்கள்	122
பிள்ளைகள் துயின்ற நிலம்	130

பிரசுரமாகிய தளங்கள்

- அற்றம் பெண்கள் சஞ்சிகை (கனடா) 2005 செப்ரெம்பர் : 'தீக்கோழி'
- மூன்றாவது மனிதன், 2006 டிசம்பர் - யனவரி 2007 : 'நீத்தார் பாடல்'
- சத்தியக் கடதாசி 2007 : 'இன்னுமோர் கொலை நாள்'
- ஊடறு 2007 : 'குற்றங்களைக் காணாதிருத்தல்'
- மற்றவர்கள் வலைப்பதிவு (2007 - 2008)
- ஒலிக்காத இளவேனில் 18 பெண்களின் கவிதைத் தொகுப்பு (வடலி வெளியீடு 2009)

அதிகாரத்தைச் சிலுவையிலறைவதா
அல்லது
அதிகாரங்களுக்கெதிரான எமது இதயத்தை
சிலுவையிலறைவதா?
எஸ்போஸ் *(1975 – 2007)*

...நாமும் பெறுவோமா தோழர்களே
பிச்சைப் பாத்திரத்தோடு
நாளை ஒரு விடுதலை?
சிவரமணி *(1968 – 1991)*

இத் தொகுப்பில் உபயோகிக்கப்பட்டுள்ள கார்ட்டூன் ஓவியங்கள் நஜீ அல்அலி *(1938 - 1987)* என்கிற கார்ட்டூனிஸ்டினுடையவை. பலஸ்தீனத்தில் பிறந்து, தனது 10ஆவது வயதில் அகதிமுகாம்களுக்குக் குடும்பத்துடன் அனுப்பப்பட்ட அல்அலி இன்றைக்கும் பலஸ்தீன எதிர்ப்புணர்வின் குறியீடாக மறுபடி மறுபடி உபயோகிக்கப்படுகிற சிறுவன் ஹந்தலாவை புகலிடத்திலிருந்தே உருவாக்கினார். ஹந்தலா என்கிற 10 வயது சிறுவன் ஓவியரைப் போலவே வலுக்கட்டாயமாக இஸ்ரேலிய அதிகாரத்தால் தன் நிலத்திலிருந்து அகதி முகாமுக்கு அனுப்பப்பட்டவன். வாசகர்களுக்கு அவன் தனது முகத்தைக் காட்டுவதில்லை. பின்புறம் தன் கைகளைக் கட்டிக்கொண்டு நஜீ வரைந்த அதிகாரங்களுக்கெதிரான சகல கார்ட்டூன்களிலும் அவன் பிரசன்னமாயிருப்பான், எல்லாவற்றினதும் சாட்சியாய். பலஸ்தீனத்தின் மீதான, தமது நாடுகளது நலன்களை முன்னிறுத்திய சர்வதேச மற்றும் உள்நாட்டு அரசியல் சக்திகளின்

நலன்களின் நிமித்தமான இதுவரையான தீர்வு முன்மொழிதல்களை மீறி - அங்கு வாழும் தனது சனங்கள், தமக்கான, தமது நலன்களை முன்வைக்கும் தீர்வுகளைக் கண்டடையும் நாளுக்காகத் கைகளைக் கட்டிக் கொண்டு சிறுவன் ஹந்தலாவுடன் தானும் காத்திருப்பதாகச் சொன்னார் அல்அலி.

தனது கார்ட்டூன்களில் அவர் எவ்வளவுக்கதிகம் சியோனிஸ்டுகளை விமர்சித்தாரோ அவ்வளவுக்கதிகம் பலஸ்தீன விடுதலை இயக்கத் தலைவர்களின் / தலைமைகளின் தவறுகளையும் ஊழல்களையும் விமர்சித்தார்; சரியான தலைமைத்துவம் கிடைக்காமையே தனது மக்களின் பாடுகளுக்கான முதன்மைக் காரணம் என நம்பினார். இதனால் இரு தரப்பாலும் எதிரியாகவே பார்க்கப்பட்டார். புகலிடத்தில் (இலண்டனில்) அவர் 1987ம் ஆண்டு துப்பாக்கி ஏந்திய நபரொருவரால் படுகொலை செய்யப்பட்ட போதும், அவர் கொல்லப்பட்டது இஸ்ரேலிய உளவுப் படையாலா அல்லது பலஸ்தீன விடுதலை அமைப்பாலா என்கிற சந்தேகம் இன்றுவரை உள்ளது.

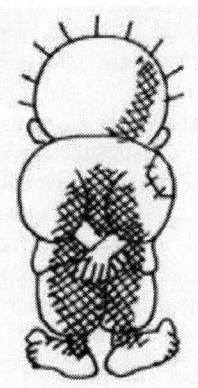

2005 - 2006

தீக்கோழி

தலையை மணலுள் புதைத்திருக்கிறேன்
அ.. என்ன சுகம்! என்ன சுகம்!
பிறர் உடலைப் பார்ப்பது நிம்மதி தருகிறது.
உள்ளேயிருப்பதால்
தலைக்கொரு ஆட்சேபணையுமில்லை
தேசத்தில் தலைகளைத் தேடுகிறார்கள்
'நல்லா வேணும்!'
'ஆளைத் தெரியுந்தானே'
'போடத்தான் வேணும்'
ஆபிரிக்க அரேபிய தேசங்களிற் போல
வெடிப்புகளும்.. போடல்களும்!
பிரச்சினைக்குரிய தலைகள்
பழுத்த நொங்காய் விழுகின்றன.
அன்று பனைகள் பல முறிந்தன
அதைக் கூறியவளையும் போடு!
'பதினாறு வருடங்களாய் என்ன ஒரே காவல்?'
'அவளைப் போட்டிட்டுப் பிறிதைக் காவு'
சொல்லித் தான் முடிக்கவில்லை
மேலும் தலைகளைப் போட்டனர்
அவனைக் கொன்றால் இவனுக்குக் கோபம்
இவனைக் கொன்றால் அவனுக்குக் கோபம்
இருவரையும் இராணுவம் கொல்லுது
மக்களை யாரும் கொல்லுது
தலையில்

பெண் கொண்டு போகும் குடத்தில்
நீர் தளும்பித் தளும்பித் தெறிப்பதாய்
என் தலை குடமாகி
இரத்தம் தெறிக்கத் தெறிக்க(ப்)
போருக்குப் பிந்தைய தெருவில்
நடந்த பங்கஜ விசரி நான்..
போரில் சிதைவுண்ட வதையுண்ட
என் ரத்தங் குடித்து
நிலமெல்லாம் பதம்பெற்று
பயிரெல்லாம் சடைத்தன
கொல்லுங்கடா கொல்லுங்கடா
மையத்துக்கே தலை உரிமை
மற்றவர்க்கு மயிர் உரிமை

13.08.2005

இன்னுமோர் கொலை நாள்

படுவான்கரைகளில் எக்ஸ்எக்ஸ் அம்மான்
தன் அண்ணரைத் தேடி அலைகிறார்
அண்ணன் பொம்மானை...

அங்குமிங்குமென
அண்ணனும் தம்பியும்
தம் எதிரியரைத் தேடித் திரிகிறார்
நான் என்னைத் தேடுகிறேன்
கொலைகள் எனது கனவை அழித்தன
கொலைகள் எனது இரவை அழித்தன
என்னுடைய இருபத்தோராவது பிறந்த தினத்துக்கு
சில நாட்களுக்கு முன்,
அவர்கள் என்னை அழிக்கும் முன்,
புறநானூறும் கந்தபுராணக் காவியங்களும்
எனது வீட்டில் தீக்கிரையாகின.
என் கைகளின் இரத்தக் கறை
தீ மூட்டிய
உன் கண்ணீரால் கரைந்து அழிய
அதை உன்னிடம் தந்திருந்தேன்
ஏனோ அது அழியவில்லை
அதிகாரத்தைப் பழி சொல்லி
வெறித்தவுன் நேரிய பார்வை
வீழ்த்தப்பட்ட என்னிடம் வருத்தம் தருகிறது

நம்பு!

நான் எதுவும் அறியேன்,
வீடு திரும்பிய ஓர் அதிகாலையில்
பார்த்திருந்த
படலையில் வைத்து
என்னைச் சுட்டுச் சென்றது கூட
"அவரா" "இவரா" தெரியாது
என் இருபத்தோராவது பிறந்த தினத்துக்கு
சில நாட்களுக்கு முன்
உடலிற் பொட்டுத் துணியோ
என்றோ முத்தமிடப் பட்டதான அதிர்வுகளோ இன்றி
             ("யாரும் ஏன் முத்தமிடவில்லை?")
அதன் வலி பகர
முகம் அற்ற
ராணுவம் வெட்டிப் போட்ட
முண்டங்களில்
தெகியோவிற்ற, தெரணியகலை
இறப்பர்த் தோட்டங்களில்
அல்லைப்பிட்டியில்
பத்திரிகை அலுவலகங்கள் வரை
வீழும் உடல்கள் முன்
நீ தலையிலடித்தடித்தழுவது
பிரயோகிக்கப்படாத குறிகளுக்காக

நீலம் பாரித்து வரண்டிரா
சாவுக்கு முந்தைய காலத்து

அழகிய உதடுகளால்
என்றுமே அறியப்படா ஆசை முத்தத்துக்காக..
ஓர் இனிய முத்தம் - அதை
இவ் உதட்டுத் தசைகள் எப்படி உணரும்?

நம்பு
வாளால் வெட்டப்பட்ட போது
துவக்கால் சுடப்பட்ட போது
கொட்டான்களால் தாக்கப்பட்ட போது
எனது இதயம் அழுதததும் அதற்காகவே..
எவருமே கண்டிரா
எனது நிர்வாணப்பட்ட உடல்
ஒரு பிரச்சாரக் கருவியாகி
பிரசுரிக்கப்பட்ட போதிலும்
நான் அழுதது அதற்கே...
போகும் திசையறியாப் போரின் கண்ணிகளுள்
எதையும் சொல்ல வாய்ப்பின்றிப் போய்
கழுகு தின்னத் தீனியாக
இந்தத் தெருவினிற் கிடப்பவன் - அவன்
எப்படி நானாக முடியும்?

சைக்கிளை மிதித்துக் கொண்டு
பிரதேசத்தின் வயல் வெளிகளில்
இன்னுமொரு கொலைநாளில்
இன்னுமோர் கொலைநாளில்
வதைமுகாம்கள்
இராணுவ முகாம்கள்
சோதனைச் சாவடிகள் ஊடு
முகமூடி ஒருவன்
எதிர்ப்படும் நொடி வரையில்,
இரண்டு சகாப்தங்களாய்
யாராலோ கொல்லப்பட என்றே
காலங்கள் சுழலும்
இத் தெருக்களால் செல்கிறேன் மே 2006

நீத்தார் பாடல்

1

அந்தரா, ரூபி, மித்தாலியா
தூரத்தில் என் பிள்ளைகள் கதறினர்

தூக்கிக் குறிபார்த்து, கல்லை
எறிய - கூடிருந்து சிதறி
பறவைகள் கலைந்து.
(ஓ.. ஒரு நாயைப் போல கிடந்தாய்)

சேர்ட் பட்டன்கள்
அறுந்து விழுந்த
திறந்த நெஞ்ச மயிர்களில்
சிதறி இரத்தம்
இன்னும் பிளந்தால்
நெஞ்சு வெடித்துக் கதறும்
என் பிள்ளைகள் இருப்பார்கள்

ஏய், தூக்கிப் போடு ஓரமாய்
செத்த எலியைப் போடுவது போல.

ஓலம் வலுக்கின்ற
துணைப் பெண்ணின்
தலை
மயிர் எங்கும் நோய் விரிந்து

2

உன்னுடைய தசையின் சிறு துண்டு
ஆம்
உன்னுடைய தசையின் *ஒரு சிறு துண்டு*
இயக்க நாட்களில் 'ஓ.. அந்த முன்பொருபோது'
சமூகம் சொல்லிக் கொண்டிருந்த
இலட்சியங்களின் பொருட்டு,
ஆதிகால மனத்துடன்
சேர்ந்திருந்த நம்
இருப்பிடங்கள் வேண்டும்
என் தொடையிடையே புதைந்துள்ள
தொலை வனங்கள் வேண்டும் - பதறி
எப்புறமும் வீசுகின்ற
தலை மயிர்கள் வேண்டும்
எம் கால்களை நடத்திச் சென்ற
நம்பிக்கைகள் வேண்டும்:
தலையணையின் ஓரத்தே
நெருடலின்றிப் படுத்துறங்கும்
அருகாமை சுவாசத்தில்
தன் இருப்பிருத்தி,
இருதயத்தைப் போல
நொடி நொடியாய்த் துடித்திருக்க
உன் வாசநிறை துண்டொன்று..
உன் தசையின் சிறு துண்டம்.

துவக்குகளின் எசமான்களே
என் இணையின் சிறு தசைத் துண்டை
நாய்க்குப் போடும் எலும்பொன்றாக,
சேர்ந்து கண்ட எம் கனவுகளின்
எச்சத்தை,
இயக்கமற்ற நாட்களின் உலை பொசுக்க
கனவழிந்த வெறியோடு உலவும்
அவன் தசைக்கோள சிறு பகுதியை

'உயிருடன்' எறியுங்கள்.
எத்தனையோ நாளாக(ப்)
பவளமல்லிப் பந்தலின் கீழ்
நான் வெறி பிடித்து முத்தமிட்ட
அவனினது சுந்தர உதடுகளோ
ஆலிங்கித்துக் களைத்திராச் சிறு தோளுகளோ
பிரிய மகளின் ஸ்பரிசம் தருகிற வாஞ்சைகொண்ட
- விழுந்த என் இணையின்
சின்னஞ் சிறு துண்டொன்றை...
நாய்க்குப் போடும் எலும்பொன்றாக,
எறியுங்கள்

3

வரலாற்றின் நெடிய வெளிகளில்
ஒரு பெயரற்று நான் கிடக்கிறேன்
கவிஞன்கள் தலைவன்கள்
யாருமாய் இல்லாமல்
அணிவகுப்பில் சீருடையின் கீழ் இணைகிற
'வீரனின்' தனித்துவமின்மையாய்
வெற்றுக் கடதாசிகளது ஆயுளாய்
காக்கி உடைகளுள்
போராளிகளுள் போராளியாய்... நகருகிற முகங்களில் ஒரு முகம்
ஓ.. ஒரு வரலாற்று மாணவியே நீ என்னை அறிவாயா?
ஓ.. எனது இனிய மகள்களே நீங்கள் என்னை அறிவீர்களா?

4

போர்க் காலம்
நாம் மறைந்திருந்த காடுகள் பாடின
எம்மைப் பக்குவப்படுத்தும்
செம் புத்தகங்களும்
இந்தா.. வந்துவிடும் எனும் புரட்சியும்!
அந்த இனிய.. இனிய நாளுகள்!

காலத்தின் புண்ணிய காலம்
வஞ்சிக்கப்பட்டதொரு
தாயின் தொடைகளுக்கிடையே
வாழ்வின் ஜீவன்.
வேண்டப்படாதவனாக,
மலைநாட்டின்
சவுந்தரியப் பரப்பில்
பாட்டனும் பாட்டனின் பாட்டனும்
வாழ்ந்தவென் மண்ணில்
பிறப்பைப் பாடுவார் அற்றுப் பிறந்தேன்.
தலைமுறைகளாய் உறிஞ்சப்பட்ட
எனது வேர்கள்
லயன்களில் தாலாட்டும்
அம்மைகளின்
வீரமும் உரமும்...

என் கனவுகளின்
அடிப்படைப் புள்ளி
அந்த வாழ்விலிருந்து வந்தது
கூடையைத்
தலையிலே சுமக்குமெம் பெண்களின்
சுமையில் இருந்தது.
எம் அருவிகளும் வனப்பும்
வாழ்வுக்கு முரணாக

சௌந்தர்யத்தோடு மின்ன,
ஊடறுத்து ஓடும் நதிகளின் ஊடே
தலைவர்களாலும் அதிகாரிகளாலும்
வஞ்சிக்கப்பட்ட நிலத்திலிருந்து,
வஞ்சிக்கப்பட்ட பெண்ணிடமிருந்து,
எல்லாவற்றையும் மாற்றிடும் வெறியோடு
நடந்தேன் நான்...

5

1980களில் பிறந்ததந்தச் சமத்துவக் கனவு
ஆலமந்தா..
நம்முடைய இணைவு நிகழ்பெற

போர்க் காலத்தின் நெருக்குதல்களுள்ளும்
நம் சந்திப்பு நிகழ்ந்தது.
பெண்கள் அணியின் தலைவியாய் நீ

வால்கா நதியோரம் ஆரம்பித்த காலடி
பின் தொடர
உன்னைத் தொடருதல் என்பது அர்த்தமிக்கதாய்
இனிய, இனிய காலம்

உனதான கருவறையுள்
பாதுகாப்புடன்
நீந்தி வ(ளர்)ந்தன குழந்தைகள், ஓ..
கனவுகள் நொறுங்கிய பிந்தைய இரவில்
அறையுள் நிறைகிறது புலம்பல்:
காலத்தின் அங்கதமாய் 'துரோகி' ஆகிப் போன
அப்பாவை நினைவு கொள்வீர்களா?
காலத்தின் அங்கதமாய் 'குடும்பத்து அணிகலன்' ஆன
அம்மாவை அறிவீர்களா?

6

கனவழிந்த அவளின் வன்ம விழிகள்
கொலையுண்ட இணையின்
சதைத் துண்டைத் தேடி,
வெள்ளையன்கள் எரித்த கறுப்பனின் தாய்போல..
தலை மயிர்கள் தனியொன்றும்
கொலை செய்ய அலைந்து

கொடியதொரு நாளில்
தேசத்தின் தெருக்கள் எங்கும்
புத்தகங்களைப் போட்டு எரித்தவர்கள்
'இதுகளப் படிச்சிற்றுத்தானேயடா
கதைச்செண்டு திரிஞ்சனிங்க' என்றவர்
- பற்றிய கதைகளைச் சொல்ல
அவரைக் காணவில்லை;
அவளோ பேசுவதேயில்லை.
கருகும் புத்தகங்களுடைய செங்குருதியோ
கருஞ் சாம்பலாய் காற்றில்
புரட்சிக் கனவின் மீதாக
ஓ.. பேரிச்சம் பழங்கள்
உங்கள் வீடு திரும்புதலை நினைவுகூருகின்றன
சீனத்துக் கதைகளோ பிறந்தநாள் பரிசுகளாய்த் தொடுகின்றன

வெருகலில் படுவான்கரையில்
தேசத்து வெப்ப நகரங்களில்
சூட்டுக்குச் சாபவர்களை
நினைவுகூர நினைவு
கூர
திக்கற்று வெறிக்கும்
அவளின் கண்ணீர்க் கறையால்
அழிந்து கொண்டே போகிறதோ
- பீரிடும் இரத்தத்தினை ஒத்த
அன்பினது மணம்?

7

நான்
வரலாற்றின் முன்
தலை குனிந்துள்ளேன்
சிவரமணி சென்ற அதே வழிகளே
எனக்கு முன்னாலும்.
சிலரோ பெயர்களாகவே தங்கிவிடுகின்றனர்.
வரலாறோ
மழுங்கடித்தடித்து
காயடித்த மிருகம்.
என் சார்ந்த
எல்லாவற்றிலும் அத்துமீறி
நிர்வாணப்படுத்தி
மகிழும் சமூகம்.

இங்கே
இப்படித்தான் கதவுகளை மூடினேன் (இப்படித்தான்)
மனிதர்களை வாசலோடு நிறுத்திச்
சாத்தி (இப்படித்தான்)
குந்தியிருக்கிற தனித்த அறையுள்
அலாவுதீனின் போத்தலுக்குள் அவன்
காற்றாக நுழைவது போல
என்னுடலினுள், வாயூடாக நுழைந்து
உள்ளறைகளுள்
கதவுகள் திறபடத் திறபட
சென்று கொண்டிருந்தேன்
இறுதியில் எனதிடம் ஓர் இடம்
இருக்குமென்று.
கதவுகள் திறந்து திறந்து
வழி விட
போய்க் கொண்டே இருந்தேன்;
புறம்வலம் திரும்பிற போதெல்லாம்
சுவர்கள் தன்னிச்சையில்

அப்பரின்
மலை நாட்டுப் பாடல்களைப் பாடி
அழுகின்றன,
மதிப்பற்ற பொருள் ஒவ்வொன்றும்
அம்மாவின் ஆதி இயல்பை வேண்டி
இறைஞ்சுகின்றன

புலனடக்கி உறங்கிப் போய்
அறுத்த மண்டையைக்
கையில் பிடித்தபடி ஓடும்
இராக் காலக் கனவுகளில்
திடுக்குற்று முழித்து
சாமத்தை வெறிக்கிறேன்
அதுவோ
தொலைந்த அப்பாவைத் தேடி அலைகிறது.
துர்நினைவுகளுடன் நித்திரையற்று அலைந்து
நனவற்று நடந்து, அறைக் கதவு திறந்து,
தொடர்மாடிகளின் ஹோல்வேக்களில்
நடை நடந்து நடந்து (முடிந்து)
படியிறங்கித் தெருவிறங்கி
நித்திரை குலைந்த அப்பா
வரலாற்றுள் தொலைகிறார்
நான் தேடித் தேடி நடக்கிறேன்
ஒவ்வொரு வீடாய், தட்டித் தட்டி
அப்பா எங்கே, அப்பா எங்கே
மீண்டும் மீண்டும்
கதவுகள் திறந்து திறந்து
மூட
அவரைத்
தேடி ஓடி நனவுக்கு மீட்க முன்னே
தோட்டாக்கள் பாய
தெருவில் நாயைப் போல
அவர் விழுகிறார்
*.....................................
உச்சஸ்தாயிக்கு

மலை நாட்டுப் பாடல்கள்
எழுகின்றன.
கால்கள் பின் நகர
உள்ளுடல் சுவரில் மோதி
நிலத்தில் விழுகிறேன்; சூழவும் இருள்.
அச் சூனியத்துள்
உருவங்களற்று இருந்து
'துரோகிகள்' பேசுகிறார்கள்
கேள், கேள்.
மனநல விடுதியில்
சன்னல்கள்
திறந்து திறந்து மூட
பேச்சு வலுக்கிறது.
சிங்களக் கிராமங்களில்
ரயர்களுடன் கருகிய
இளைஞர்களின் நிணம் கருகும் மணம்
இரத்தத்தின் நெடி
அவர்களிலிருந்து வீசுகிறது.
(எல்லோருடைய இரத்தமும்
கருமை அடரும் சிவப்புத் தானே?)
சகலத்தையும் மறக்க
இறுக்க மூடி
பிணம் நாறும் அறையுள்
உறங்கும் என்னுள்,
பதின்மங்களில்
சொகுசான குழந்தைகள்
கட்டிலில் தம் துணைகளைப் புணர்கிறபோது
தட்டி எழுப்பி எழுப்பி,
இரத்தம் பீரிட தெருவில் விழுந்த
உருவத்தின் இன்மை அலறுகின்றது.
பட்சத்துடன் வாழ்வதற்குரிய தேகத்தின் அணுக்கள்
உடைந்து கொட்டுகின்றன.
மன அவசங்களுடன்
அங்கவீனங்களுடன்
கால்களற்ற உடலுறவுகள்,

நீத்தார் பாடல் 27

கொலையுண்டவர்களின் நாவுகளற்ற இணைகளின்
மொழியற்றுப் போன அந்நியம்,
நோய் முற்றிப் போய்
என் நாவறுக்க நிற்கிறது

பிறழ் குரல்களிடமிருந்து தப்ப
நாய்கள் கொல்லப்பட்டுக் கிடக்கிற
உட் தெருக்களெங்கும்
உடலின் துணிகளைப்
பிய்த்தெறிந்தெறிந்து
பழியின் குற்றவுணர்ச்சியூட்டற்
பிடிகளைத் தள்ளி,
நான்
கனவுகளிடமிருந்தும் நினைவுகளிடமிருந்தும் ஓடுகிறேன்
என் சிறுவத்தைப் பாதுகாக்க

8

விதி:
போரிட்ட கைகளோ ஓய்வதில்லை
ஆயுத விசைகளும் சளைத்ததில்லை
அன்பே, இப்படித்தான் பிந்தைய காலம்
மாறிற்று
எம் அற்புதக் கனவுகளை
நாமே சாகடித்தோம்

'அவனுடன்' நிற்கமுடியாத போது
வாழ்வை ஓட்ட
லோகாயுத சிறைப் பிடிப்புள்
நீ 'எவனுடன்' நிற்கப் போனாய்
உன் சமரசத்தைத் தூண்டியவன் எவன்
அவன் செய்ததில்லையா சமரசம்? எச் சமரசமும்?

ஓ..
வென்றவனின் வரலாற்றில்
நிலத்தில் எண்கேளே கூடிக் கொண்டிருக்கிற
'துயிலும் இல்லங்களுள்' இருந்து
இளங் குறிகள் யோனிகள்
போர் செய்ய மறுக்கின்ற
பெரும் ஓலம் எழுகிறது
கணணி யுகத்துள்
அதைக் கண்டிராத குக்கிராமங்களில்
தலைமுறைகளின் ஓலம்
வதைகளால் இறுகிய
இராணுவ முகாம்களுள் இருந்தோ
மனம் பிறழும் ஓலம்

9

நான் கேட்கிறேன் அதன் ஓலத்தை.
சுடலையின் அமைதியை இடித்து
என் பிள்ளைகள் கதறுகின்றன
அந்தரா, ரூபி, மித்தாலியா
இந்தப் பேரண்டத்தில் உங்களுக்கென
மரணத்தை விட்டுச் செல்கிறேன்
மரணத்தின் வெறுப்பை,
துரோகத்தை,
அசமத்துவத்தை..
உங்களிடத்தே
ஒரு வடுவாக விட்டுச் செல்கிறேன்

என்றேனும்,
துயிலுமில்லங்களில் அனுமதியற்ற
உமது தாயின் / தகப்பனின் வரலாற்றைத்
தெருவிலே
இயக்குவோன் அற்ற பல

நாடோடிப் பாடல்களில் தேடுவீர்களா? (தேடக் கூடுமா?)

பக்கங்களைத் திருப்பித் திருப்பி
பாடத்துக்காய் சப்பும் புத்தகக் கட்டுக்களுள்
இல்லாத எம் பெயர்களைத் தேடுவீர்களா?
புத்தகங்களைக் கிழித்து
தெருவெங்கும் இறைத்து
தீயிட்டுக் கொளுத்திய
சந்தர்ப்பவாதங்களின் வெற்றிக் குதியாடலில்
வலுவற்றதொரு பக்கத்தை
நீங்கள் மறுக்காதிருப்பீர்களா.. (மறக்காதிருப்பீர்களா)

ஓ.. ஒரு வரலாற்று மாணவியே நீ என்னை அறிவாயா?
ஓ.. எனது இனிய மகள்களே நீங்கள் எம்மை அறிவீர்களா?

டிசம்பர் 2005 - ஏப்ரல் 2006

அந்தரா, ரூபி, மித்தாலியா: இப்பிள்ளைகளது பெயர்கள் வேறு படலாம்.. ஆனால் இது இயக்கப் பிளவுகளில் சகோதர இயக்க முறுகல்களில் தேசத்தின் தெருக்களிற் கொல்லப்பட்டுக் கிடந்த 'முன்னாள்' ஆண்/பெண் போராளிகளின் பிள்ளைகள்/குடும்பங்களது நினைவுகளுக்குச் சமர்ப்பணம்.

**.................................. கேட்ட எந்ததொரு செத்தவீட்டு ஒப்பாரியையும் இவ்விடத்தில் நெஞ்சிலடித்துப் பாடலாம்)*

2006 - 2007

புதைகுழி

“**யு**த்தம் என்ன செய்தது”
“யுத்தம் என்ன தந்தது”
அந்த இராணுவம் என்னை வன்புணர்ந்தது.
எனது இராணுவம் உனது தகப்பனை
கண்ணுக்கு முன்னால் கொன்று போட்டது.
தனக்கு முன்னால் மண்டையில போட்டதால்
எனது அழகிய தீபன் வலிப்பு வந்து,
மூளை குழம்பி; குழம்பிய மூளையை திருத்து,
ஒரு ட்ரான்சிஸ்டர் ரேடியோவைத் திருத்துவதுபோல.
யுத்தம் பழகிய பிறழ்வுகளைத் திருத்தி
உடல் இயந்திரத்தை இடையிடையே ஸ்தம்பிக்காது
ஓடச் செய்.
அவள் / நான் தலையிலடித்தடித்து அழுகிறாள் / அழுகிறேன்
புதைகுழியை ஐ.நா. திறந்து திறந்து மூடுறது
விஜி! ஐ.நா. என்ன செய்கிறது
விஜி: திறந்து திறந்து மூடு(கி)றது
பிள்ளைகளின் கைகள் அபயக் குரல் எழுப்பியவாறு
உயர்த்தப்பட்டு நின்றிருக்கின்றனவா நிலத்துள்?
எலும்புக்கூட்டு நிலத்தைத் துளைத்து
பிரிய முத்தங்கள் அவரை அடையுமா?
காட்டுத்தனமாய் வளர்ந்த,
வாராத, செம்பட்டை முடிகளும்
எலும்பு துருத்தும் நெஞ்சுகளும்...
அவள் தலையிலடித்தடித்தழுகிறாள்

நம்பிக்கையை
ஐ.நா. திறந்து திறந்து மூடு(கி)றது
தெய்வமே, நீ எங்கிருக்கிறாய்
நான் காற்றோடும் மரத்தோடும்
கோடை நிலத்தின் மேலாய்
என்னோடு தோன்றிடும்
நிழல் தோறும் பேசினேனே....
பிள்ளைகளின் பிணத்தில் நிலம்
பிள்ளைகளின் கனவில் கொலை
பிள்ளைகளின் விளையாட்டில் சூடு

2007 சனவரி 24
ஐ.நா. ஐக்கிய நாடுகள் சபை

ஐக்கிய அமெரிக்க இராணுவம் X ஐ.நா. அறிக்கை

யன்னலூடே பார்த்தேன், களைப்புற்று.
வருடா வருடம் இதுவே தான் நடக்கிறது
அவர்கள் ஒரு தேசத்துள் நுழைவார்கள்
யோனிகளைப் பிளப்பதுக்கான பத்திரத்துடன்
ஆக்கிரமித்த நிலப் பெண்களின் காதலர்களது
ஆண்குறிகளை வெட்டும் அனுமதியுடன்
தவிரவும் சித்ரவதைக் கூடங்களுக்கான திறப்புகளுடன்.
துப்பறியும் பொலிஸ்காரர் கட்டை அவிழ்க்க
சாவை முகர்ந்துவர நிற்கும்
நாய்களது துரிதத்துடன்
பார் பார், நகரின் அரசியற் தலைவர் அனுப்பிய
குண்டர்படை, கொட்டாந் தடியுடன்
எதற்கும் தயாராக! ஜீப் ஜீப்பாய்த் தொங்கி!
கடைகளை காருகளை, உள்ளிருக்கும்
அவர்கள் முன் மிகச் சிறிய மனிதர்களை
எரித்துக் கருக்கி
மகிழுமாறு - அந்தோ அவர்களது விசைகள் அமத்தப்பட்டு.
பயப்படாதீர்கள்: எல்லாவற்றையும் ஐ.நா. அவதானிக்கும்!
அமெரிக்க இராணுவம் படையெடுத்த நாட்டின்
பெண்களை என்ன செய்யும் என்று
சீ(!).என்.என் சொல்லத் தேவையில்லை
"ஏ.. அமெரிக்க இராணுவமே, நீ படையெடுத்த நாட்டின்
பெண்களை என்ன செய்வாய் என்றெமக்கு - உன்
சீ.என்.என் சொல்லத் தேவையில்லை"

(இந்திய இராணுவம் சொல்லித் தந்தது)
உன் தேச நலனுக்காய் - நீ
பிற தேசத்தாரை ஆ(?)ள அனுப்பப் பட்டிருக்கிறாய்
கம்பத்திற் கயிற்றாற் கட்டி
உன் இடுப்பு சராயைக் கழட்டி
அதுள் இருந்த ஆயுதத்தால் எனை நீ அடித்தால்
அப்போது தோண்டப்படுவது
பயங்கரவாதியாய்
"யாரையோ" புதைப்பதுக்கான குரோதம்
அதில் குளிர்காய்பவர் யாரென்ற விமர்சனம்
உன்னிடமே திரும்பி
வந்து விடும் கவனம்!
இராணுவத்துக்கு தேசாபிமானம் பயங்கரவாதிக்கு இனப்பற்று
அப்படித்தான் அது என்றால் இப்படித்தான் இது
ஒரு கணித சமன்பாடு
இவ்வாறே இருந்தாக வேண்டும்
சகலத்தையும் கணக்கெடுக்கும் ஐ.நா. கண்டிக்க
செய்ய வேண்டியதெல்லாம்:
அழிப்பு... அழிப்பு...
தொடரும்
அறிக்கை அளிப்பு அளிப்பு

05 பெப்ரவரி 2007

அன்பு மிகுந்தவர்கள் அவர்களே

"அன்பு" எனப்படுவது
அது நிதானமாகவெளிப்படுகிறது,
மிக நிதானமாக.
மிக
மிக நிதானமாக.
இனவெறி அரசின் தலைவன்
அதே நிதானத்துடன் "உண்மை"யைச்
சொல்லத் தொடங்குகிறபோது
உண்மை நடுங்குகிறது
(அப்படித்தான், அப்படியொன்று
இல்லாமலும் போகிறது)
கீழே தட்டித் தட்டிப் போட்டு
எழுதிடும் இக் குறிப்பு ஒன்றினால்
கொலையிசையை ஒழிக்க முடியா!

"வெறுப்பு" எனப்படுவது
கோபமாகவே வெளிப்படுகிறது
மிக மிக வேகமாக
புறப்பட்டு வரும்
குண்டு சிதற முன்
அது வெளிப்பட்டாக வேண்டும்.

சிதறிய தசையில்
உயிரான அன்பின் வாசத்தை விட்டுச் செல்லா

தம் தோழரை
நினைத்துப் பிறழ்ந்து,
எதிரியை அழிக்க
ஆயுதந் தூக்கிய பிறகு,
தன் காரணங்களைக் கூறுகிறபோது;
ஆற்றாமை விசும்பி அழுகிற
ஒரு குழந்தைபோல,
வெடிக்கும் கோபமும் அழுகையும்
வாயிருந்து பறக்கிற எச்சிலும்,
பிணங்களிடையே
குருதி நெடியில்
நிணத்தின் வெடுக்கில்
மனுச ஓலங்களாகின்றன
ஐயோ மகளே
மகே புத்தா

எண்ணற்ற ஒப்பாரிகள் "அவர்களை" ஏதும் செய்வதில்லை;
ஒரே சத்தம்! தவிர
அன்பென்ற ஒன்று அவற்றில் இருப்பதேயில்லை
தொடர்ச்சியாய் தன் மகவுகளை இழந்த
அப்பாவின் மௌனம் அவற்றின் மீதாக
ஒன்றும் சொல்வதில்லை

ஏனெனில் என்றென்றைக்குமான மௌனம்
அத் தொண்டைகளை அடைத்துக் 'கொன்று'விட்டது

மேலும்,
அவர்களது வெளுப்பு அச்சுத் தாள்களில்
கறுப்பு எழுத்தில்
வெறுப்பு அது
"அன்பு" என்றே எழுதப் படுகிறது
அவர்களது மனித அபிமானமும்
ஒருவரை ஒருவர் எதிரியாய்
கிழப்பி விடுவதில் மாத்திரமே.
3 இஸ்ரவேலர்களுக்கு
80 பலஸ்தீனியர்கள் விழுதல் நியாயம்!
நிகழும் வரலாற்று
ஒற்றை உதாரணம்.

எனினும்,
பெரும் நியாயம் மிகுந்தவர்கள் அவர்கள்.
எப்போதும்
"அன்பு"மிகுந்தவர்களும் அவர்களே
மேலும்
அன்பு மிகுந்தவர்கள்
அவர்களாகவே இருக்கவும் முடியும்.

24 நவம்பர் 2006

என்றென்றைக்குமாக

வரலாறு நெடுகிலும்...
நிமிர்ந்து பார்க்க 'ஒரு தலைவன்':
கைவிலங்கிற் கூட்டிச் சென்றனர்
தந்திரமாய்ப் பிடித்துக் கொன்றனர்.
ஓங்கிய கைகளுடன் பயங்கர தீரமிகு தலைவன்
Deniz Gezmis, சேகுவாரா
இயேசுவில் ஆரம்பித்து,
எழுதிய குறிப்புகள் காற்றிற் படபடக்க,
கால்களில் விலங்குடன்
சித்திரைவதைப்படுகிற ஜீலிஸ் பூஸிக்
என் மகனே நான் புத்திரசோகத்தில் மூழ்கித் தாண்டேன்
என் கணவனே நான் துணையற்று மாண்டேன்
என் நண்பனே நானுன் கதகதப்பை இழந்தேன்
நீ:
பெருங் கூட்டத்தை கைவிரலுள் வைத்திருந்தாய்
நிமிர்ந்து பார்க்கத்தகு உயரத்தில் இருந்தாய்
சதியில்
பனிக் கோடரி பதம் பார்த்ததோ உன் கழுத்தை!
...
லியோன் ட்ரோட்ஸ்கி
சல்வடொர் அலண்டே
அவரவர் சார்புகளிலிருந்து தலைவர்கள்
எழுந்தீர். எழுந்து கொண்டே இருந்தீர்.
தன்னிடத்தில்
"யுத்தத்தை எதிர்த்து ஏன் பேசிறாய்

பெண்ணியம் மட்டும் பேசேன் நீ?!" என்றுரைக்கும்
ஆண் அதிகாரிகளுள்
அபூர்வமாய் வந்தாள் றோசா லுக்சம்பேர்க்.
அவளைக் "கிழட்டு வேசை"யென முகத்திற் துப்பி
என்றோ ஒருநாள் நதியிற் போடுவர்
பிறகோ,
பூமியை உங்கள் தலைவர்கள் நிறைத்தனர்
கடல்களை அவர்கள் குருதியால் நிரப்பினர்

21 டிசம்பர் 2006

Hasta siempre, comandante *("என்றென்றைக்குமான பிரியாவிடை கொமாண்டர்")* இப் பாடல், சே பதவி துறந்து கியூபாவைப் பிரிந்து சென்ற போது, மிகுந்த காதலுடனும் நம்பிக்கையுடனும் சேகுவாராவுக்காக அவரது பாதையை தாம் தொடர்வோம் என்று Carlos Puebla எழுதியது; இதைப் பிறகும் பல பாடகர்கள் மீள்பாடியிருந்தாலும், Nathalie Cardone என்கிற ஸ்பானிய தாயாரை உடைய பிரெஞ்சு நடிகை பாடி காட்சிப் படமாகவும் நடித்த பாடலே இக் குறிப்புக்கான உந்துதலானது. அதில், புரட்சியின் குறியீடான "சே" மீதான ஆராதனை, இயேசுவுக்கு நிகரான அவரது சித்தரிப்பு, மற்றும் அத் தியாகத்தின் மீதான பெண்களது பாலியற் கவர்ச்சி - என்பன சிறப்பாக வெளிப்பட்டிருந்தன.

டஹ்கவ்வை அறிதல்

ஒரு பாடலூடாக நுழைந்து
ஜேர்மனியின் டஹ்கவ் நகரில் நான் நடப்பேன்
அறுவடைகால மஞ்சள்நிற மரங்களின்
உதிர் இலைகளும் சருகுகளுமாக
செல்லும், ஒழுங்கைகள் எங்கும்,
வரலாற்றின் ஊடான அழுகுரல்கள்
கேட்கத் தொடங்கும்

தம் யன்னல்களைத் திறக்கத் தெரியும்
தெரு விளக்குகளுடன்
மதில்கள், வீட்டின் கூரை ஓடுகள்,
பால்ய வீடுகளை ஒத்து,
மனிதர்கள்
எங்கும் ஒரே குண இயல்புகளுடன்,
வெவ்வேறு நில இயல்புகளை வரித்து
தம் நாகரீகங்களை ஆள்வராய்
மங்கலாய் நகருவராய்.
அருமையான ஓர் அறுவடைகாலத்தில்
'அவன்' விசவாயு செலுத்திக் கொன்ற
வதைமுகாம்களது கதறல்கள்
நகரும் இம் மனிதர்களிடம்
எதிரொலிக்காது போனதென்றால்
அருமையான ஓர் அறுவடைகாலத்தில்
தன் சனங்களின் மௌனத்தை

சம்மதமாய் பெற்ற
வெறி ஏறிய தலைவனால்
மனிதத் தசைகளை அரிந்து கொல்லலை
நடாத்திட முடிந்ததென்றால்...

யுத்தம் நிறுத்தப்பட்டிருந்த ஒரு கோடையில்
எறிக்கிற வெய்யிலில் மட்டுநகரத்தின் தெருவினில்
அவனது தோள்களைப் பற்ற
ஸ்கூட்டர் நகருகையில்
இங்கே எங்கேனும்
தன் புதைகுழி கிண்டி சகோதரன் அழுவானா
இங்கே எங்கேனும்
"என்னவர்" முகாம்களது கதறல் மறைக்கப்படுகிறதா
என் கண் எதிர்க்க
எவரோ சுடப்பட்டு விழுந்து
இரத்தம் பரந்தால் மட்டுமே
வலியை என்னால் உணர்தல் முடியுமா?

எதையும் கேட்கப் பயந்தவளாய்
காதுகளுக்குப் பஞ்சடைந்து விட்டு,
பிள்ளைகளைக் கொல்லும் கருணையை
ஏற்றுக் கொண்டு செல்கையில்
மாயக் கரங்கள் தந்த துணியால்
என்னதும் அவனதும் கண்களைக் கட்ட
ஸ்கூட்டர் டஹ்கவ் நகரில் திசையற்று மோதிற்று
இப்படியாக
நான் எதையும் பேசாமல் இறந்தேன்
சுவடின்றி
சலனமின்றி
வரலாற்றின்
எண்ணற்ற மனிதர்களைப் போலவே

01 டிசம்பர் 2006

டஹ்கவ் (Dachau) நாஜிகளின் யூத வதைமுகாமிருந்த ஜேர்மனிய நகரமொன்று.

2006 - 2007

குற்றங்களைக் காணாதிருத்தல்

எமது மக்களே
நாங்கள் உங்களை நோக்கிக் கத்துகிறோம்
தெருநாயாய் சுட்டு வீழ்த்தப்படுவதற்கு முன்
எங்கள் மண்டைகள் பிளக்கப்படுவதற்கு முதற் கணம்
எம்முடன் பேசுங்கள்
எமது குரலைக் கேளுங்கள்

கேட்கக் கூடாததை நாங்கள் சொல்லிவிடலாம் என்பதால்
அதன் சிக்கல்களை நீங்கள் எதிர்கொள்ள விரும்பாததால்
பேசாமல் இருக்கிறீர்கள்.

கண்கள் 'நேரே' வெறித்திருக்க, தவிர
'வலது, இடது புறம் நடப்பவையைப் பார்க்கவில்லைத்தானே'
பாவனை செய்கிறீர்கள்
நடப்பது நடக்கவேண்டுமெனில்
மௌனமாய் இருப்பது நல்லதென்கிறீர்கள்

நாங்கள் வதைமுகாம்களுள் இருந்து தப்பி வருகிறோம்
பிறிதொரு பிறழ்வைக் கூறுவதற்காக
அதைக் காண மறுத்து
முகத்தைப் பொத்திக் கொள்ளும் உங்களது
கைகளைத் தட்டி விட்டு

காதுச் சவ்வுகள் வெடிக்கக் கத்தி
"இருக்கிறோம்" என்கிறோம்
நீங்களோ மௌனிகள் ஆகிறீர்கள்

பிடித்துச் செல்லப்பட்ட பிள்ளைகளின் கதறலில்
தோய்ந்த எமது குரல்
செவிட்டுப் பாளங்களில் அதிரும் உக்கிரமெடுத்து
கூக்கிரலிடுகிறது
"இன்னும் இருக்கிறோமே"

வரலாற்றில் கண்கட்டி விடப்பட்ட நீங்கள் - நாளை
குவான்ரனமோ சிறையில்
உங்களது அன்பு மகன் ஓமர்
கைதியாய் உள்ளான் என்பதை
காலங் கடந்து அறிய நேரலாம்
தன் பதினாறில்(ப்) பிடித்துச் செல்லப் பட்டவன்
சில பத்து வருடங்களிற்குப் பிறகும்
எதற்காக வந்தான் என்கிறீர்கள்?

முலையை உறிஞ்சியபடி நித்திய அமைதியில்
உறங்கிப் போன பிள்ளைகள்
இரத்த வெள்ளத்தில் எற்றுண்டு போக முன்னே

எங்களை அறியுங்கள்
எங்களுடன் பேசுங்கள்
காற்றுவெளிகளில்
நாங்கள் இருக்கிறோம் என்பதைக் காணுங்கள்

08 மார்ச் 2007

ஓமர் காடர் (பி.1986): அமெரிக்காவின் போலித்தனத்துக்கும் கயமைக்கும் உச்சபட்ச உதாரணம் காடர் வழக்கு. கனடிய குடியுரிமை பெற்ற காடர் 2002ல் 15வயது சிறுவனாக முஸ்லிம் 'பயங்கரவாதி'யாகக் கைதுசெய்யப்பட்டார். பயங்கரவாத அனுதாபியாக இருந்த தகப்பனால் இவற்றில் ஈடுபடுத்தப்பட்டவர் என நம்பப் படுகிறார். ஆப்கானிஸ்தானில் ஒரு அமெரிக்கரது மரணத்துக்குக் காரணமாகி காயங்களுடன் பிடிக்கப்பட்டு குவான்ரனமோ குடா சிறைக்கு அனுப்பப்பட்டவர். 2010இல் குற்றத்தை ஒத்துக்கொண்டு(!) மேலதிக 8 ஆண்டுகள் தண்டனை வழங்கப்பட்டது. ஒரு வருட முடிவில் கனடாவுக்கு இடமாற்றப்படுவார் என எதிர்பார்க்கப்பட்டிருந்த போதும் 2012ம் ஆண்டின் இறுதியிலையே காடர் தனது 26ம் வயதில் கனடாவுக்கு திருப்பி ஒப்படைக்கப்படுகிறார். உலகின் பயங்கரவாத இயக்கங்களில் குழந்தைப் போராளிகள் உபயோகிக்கப்படுதல் பற்றிக் கவலைப்படுகின்ற மேற்குலகம் ஒரு குழந்தைப் போராளியாகக் கைதான காடர் என்கிற சிறுவனுக்கு எந்த மன்னிப்பையும் கருணையையும் வழங்கவில்லை.

எங்களின் எசமான்களே...

இன்று - இவனைக் கொல்லலாமென
உமக்குத் தோன்றியது
இவன் X அல்ல
இவன் X X உம் அல்ல
இவன் இன்ன பிறன் அல்ல.
'அதிகாரமற்ற' ஓர் அரசூழியன் என்ற வகையிலும்
உங்களுக்குப் "பிரச்சினை"யாய்
ஆகக் கூடியவனும் அல்ல
அரசியலேதுமற்று
"அநியாயத்துக்கு"
அப்பாவியாய் இருந்தும்
ஓர் தோட்டாவைப் போட்டுவிட்டால்
அவன் "கதைப்பதை"(க்)
கேட்கவேண்டியதில்லை என்று நினைத்திருப்பீர்களோ?
2006ஆம் வருடம்
தோராயமாய் 27 ஆண்டுகளுக்குப் பிறகு
ஒரு விரல் சொடுக்குள்
ஒருவனைக் கொல்லும் கலையை மட்டும்
வளர்த்து வைத்து நிற்கிறீர்களே
வளர்த்து வைத்து நிற்கிறீர்களே

டிசம்பர் 2006

கலாசார இயக்கத்துக்குப் பாராட்டு

ஆம்
போரினிற் துணையிழந்து
மிச்சமிருந்த சதையை விற்றவள் அந்த நாய்
கொடும் போரிலிருந்து விடுவிக்க
யார் யாரினதோ பசியைத் தீர்த்துத் திரிபவள்
உங்கள் காலங்களால் உருவாக்கப்பட்டவள்
அவள் கொல்லப்பட வேண்டியவளே.
யுத்தத்தில், வாழும் வழிகளை இழந்தவர்கள்,
தீய இப் போருக்காய்த் தம்மைத் திருப்பிக் கொடுத்தலே, சரி!
இழப்பின் பேரில்
கையில் தரப்படுகிற
துவக்கைத் தூக்கி
யாரையேன் கொன்றிருப்பின்,
இந்தத் துப்பாக்கி
இன்று - இவளைச் சுட்டிருக்குமா?
ஆகவே "மெய்'ப்பாதுகாவலர்களே
இவள் சுடப்பட வேண்டியவள்
ஒரு மகோன்னத நாட்டை
சிருஷ்டிக்கும் கனவை
உடையவர் நீங்கள்!
உங்கள் உயர் கனவுகளை
எள்ளி நகையாடுவதாய்
தலைவிரி கோலமும்
பயமற்ற விழிகளுமாய்

அபகீர்த்தியாய்
"குறுக்கால போறது"கள்(!) காண
கொல்லத்தானே சொல்கின்றன?
சிறிய இத் தேசத்தை ஆளுகின்ற ஆண்களே
ஆண்களின் தலைவர்களே
புனித மேய்ப்பர்களே
'து'ம்புத்தடிகளை மாற்றி
எம்மிடம் 'து'வக்குகளைத் தந்த(/து) நீங்கள்
விடுதலையை அ"ழி"த்துவிட
இதை மதியாது தினவெடுத்துத் திரிகிறவள்
தலைமுடி பறக்கக் கத்தி
நடு றோட்டில் நின்று
உம் துவக்கினில் காறித் துப்பி
"உள்ள உயிர்களுக்கெல்லாம்
விடுதலை அளித்துவிட்டு
எந்த மயிரை அடா ஆளுவீர்கள்"
தினாவெட்டாய், ஓர் கேள்வி,
அவள் பாவி கேட்டாள் என்றால்
கொல்லத்தானே தோன்றும்?

03 டிசம்பர் 2006

கள்ளத் தோணிகள்

தப்பிச் செல்கிற மக்களுடன்
கள்ளத் தோணிகள் செல்கின்றன
"வரவேற்புப் பலமாய்" இருக்கிற
அந் நிலப் பிரதேசம் நோக்கி.
என் மக்களே
ஒரு படகின் படபடப்புகள்
உங்கள் இருதயத் துடிப்பினை விடவும், அதுவோ
எம் பால்யத்தின் ஓலைவீடு மழைக் காற்றில்
அடிஅடிப்பதை விடவும்,
மயிரிழையில் ஆடும் நம்பிக்கையில்
அச்சங்களுக்கு அப்பால்
எதை நோக்கிச் செல்கிறீர்கள்?
கோணமலையிருந்து புறப்பட்ட குடும்பமொன்று
இடைவழியில்
படகு மூழ்கி
தன் பிள்ளையைப் பறிகொடுத்த
தகப்பனின் கதறலோ
கரைகளை அடையவில்லை
கொந்தளித்த அலைகளுள் சிறு குரலோ எழும்பவில்லை
நட்சத்திரங்கள் கொட்டியில்லாத கரைகளில்
பாதங்கள் படிகிற போதினில்
(என் அன்பே, நண்பனே)
உமைத் தோய்ந்திருந்த குருதி
கழுவுப்பட்டு இருப்பதாக;

குரல்வளையைப் பிடித்திருந்த கொடும் கரங்கள்
இங்கும் நீட்டப்படா திருப்பதாக.
கிராமத்து தேவாலயங்களில் தஞ்சமடைந்த
பிள்ளைகளை
"அவர்கள்" கொன்று போட்ட குருதி
வற்றிப் போக முன்னார,
அரசியலேதுமற்ற ஓர் அப்பாவிக் குடிமகனும்
"போகுது சவம்" என்றே
"தட்டப்படும்" உயிர் குறித்த கரிசனைகளுள்,
அவனும் இவனும் போவ வர சுட்டுச் சுட்டுப்
போனவர்கள் விட்டுச் சென்ற கண்ணீர்
காய்ந்து போவ முன்னார,
பெரும் அலைகளுக்கேற்ப
எழுந்து எழுந்து தாழும் தோணிகள்
எம் மேய்ப்பர்களைத் தாண்டி
எல்லைகள் கடந்து கரை சேருமாக
படபடத்த மழைவீட்டின் கிடுகோலை
வீட்டைப் பிளந்து
காற்றிற் பறந்ததாக இல்லாது,
சேதமின்றித் தப்பிக்
கரை சேருமாக, அக்
கரை சேருமாக.

டிசம்பர் 2006

2007

என் புத்தனே....

யுத்தத்தின் கந்தக நெடி என் நாசியை நிறைக்கிறது
தொலைவில்
நான் அதைப் பழகிப் போக விரும்பாதவளாய்.
கண்ணே! நீ எரிந்த நெருப்பில்
விழும் உடல்கள் ஒவ்வொன்றிலும்
தேடுகிறேன்...

இப் பாடல் முந்தைய காலங்களில் வேறானதாக
விழை போகத்தைப் பாட விரும்பிற்று
இன்றானால் யோனியை மூடியுள்ள
யுத்தநிலங்களின் கரும்வேர்களும்
நஞ்சையே உறிஞ்சுகின்றன
இயற்கையின் விளைபில் கசியும் திரவம்
நஞ்சாகி உள் நிறைகையில்
பிள்ளைகள் திரும்பியிரா
சாமங்களில்
நெஞ்சு வெடிக்கக் கத்துகிறேன்

எனது கண்ணீர் போதுமானதாய் இருக்கிறதா?
எனது பிள்ளைகளுக்காக
எனது கண்ணீர் போதுமானதாயிருக்கிறதா...
கடவுளே
ஆயுதங்களுடைய கடவுள்களே

என் புத்தனே
இங்கு மரணமில்லா வீடுகள்
ஒன்றேனும் இல்லைத்தான்
அதினிலும் கொடிது
பதிலற்ற நெடும் காத்திருப்புக்கள்
நீயறியாததுதானே அது!
தம் மகவுகள் திரும்பி வாராது போனால்
தற்கொலை செய்ய நிற்கும் பெற்றவர்தம்
கண்ணீர்தான் பதில் எனில்
நடுநடுங்க
திருநீறு கொட்டுண்ண
என் நெற்றி சுருங்கிக் கெஞ்ச
கேட்பேன்:
எம் கண்ணீர் போதுமாய் இருக்கிறதா
என் மார்புகளைக் கீறி
குருதியையும் தரவா
உனக்காய்?

இங்கு மௌனம் பூண்டு
எதையும் சகித்த
எனது புத்தனே,
நீயே சகலத்தினதும் சாட்சி.
கண்டுகொண்டுதானிருக்கிறாய் சகலத்தையும்.

சகல புறங்களிலிருந்தும்
ஆயுதங்களதும் எழுச்சியை
மனித வீழ்ச்சியை.

காத்திருப்பைப் பற்றி
ஒன்றும் தெரியாதவன் தான் நீ
எனினும்
உன் பாவனைகளைக் கைவிட்டு
பதிலொன்றுடன் வா
பற்றறுத்துத் தியானத்தில் ஆளும்
உன்னை மல்லாக்க வீழ்த்தி
பலாத்காரமாய் வெறியேறிப் புணர்தல்
நியாயமாகுமா கூறு

அங்கே அவ்வாறு கொலையுண்ட பிள்ளைகளுடன்
உன் ஆண்குறியையும் வெட்டிக் கடாசினால்
பிணக் குவியலுள்ளிருந்து எழுந்து
ஒரு மனுசனாய்ப் பேசுவாயா?
நீ காண்பதை
அதை நீ மறுப்பதை
மேலும்
"தாயே
இக் காலம் துரோகம் செய்துவிட்டது
தொலைவே எங்கோ
கடும் வதைகளுள்ளாற
எனினும்
உனது பிள்ளை உயிருடன் தான் உள்ளான்"
என்பதைக் கூற எழுந்து வருவாயா.

அச் செய்தி ஒன்று கேட்கவே வாழ்ந்தவளாய்
கையில் புகைப்படத்துடன்
அவனினது இருப்பின் அர்த்தம் சொல்லும்
உயிர் துடிக்கின்ற சிறு சதைத் துண்டுக்காய் - நான்
அலைந்து திரிந்து தேடும் உனதும் பிள்ளைகளை - நீ

எப்போது தேடுவாய்
எம்மரும் தலைவனே...

இதுகாலும்
காத்திருப்பின் கொடிய வலி அறியாது
சற்றும் பாதுகாப்புப் பிசகாதவிடங்களில் ஒளிந்திருந்து
நடத்தும்
உன் நடிப்புத் தவத்திற்
செவிடான காதுகளைத் திறந்து
இந்த இரவின் கதறலைக் கேள்

ஆண்டாண்டுகாலமாக
உன் பாராமுகத்தோடு
ஒரே ஒரு பதிலுக்காக
நீண்ட நெடும் வரிசைகளில்
தொடர்கிறது அவர் காத்திருப்பு

நீட்டப்பட்ட அக் கைகளுக்குத் தேவை
உயிருடன் பிள்ளைகள்

03 - 08 செப்ரெம்பர் 2007

*போராளிப் பெண் கவிஞர் செந்தணலின் "நம்பிக்கை ஒளி" கவிதையின் வரிகள் 'யுத்தத்தின் கந்தக நெடி என் நாசியை நிறைக்கிறது.'

துப்பாக்கிக் காதலனுக்குக் காதலி

என்னை நீங்கள் மௌனத்தின் ஊடே அணுகலாம்
மௌனம் - கூர் ஆயுதம்.
அதைவிட எழுதும் என் கைகளில் நரம்பைக் கீறி
இரத்தத்தைக் குடித்து முடியுங்கள்.
தன் 'வீட்டிலிருந்து' அவன் எழுதுவான்
துப்பாக்கியை நேசிக்கும் காதலனுக்கு
அவன் காதலியினது
உவகையூட்டும் - ஓர் கற்பனைக் கடிதம்.

மறுமொழியாய்
அந்தக் காதலி எனது கடிதம்
இப்படியாய் இருந்தது:
"நண்பனே,
வீரத்தின் தேவை கூறு மைய்யங்கள்
விடுதலையின் நிறங்கள், மாறிவிட்டன.
எனது நண்பனே
உயிருடன் திரும்பி வா.
எந்த இராணுவம் 'கற்பழித்தாலும்'
நான் உன்னுடன் 'இருந்து', 'வாழ்ந்து'
செத்துப் போகவே விரும்புவேன்.
அவன்களால் தொடப்படமுடியா
எனதான்மா - நான் வதையுறுகையில் அழிபடும்
கற்பைப் போல இழிந்ததுமாகாது. ..."
உம் கதிரைகளிற் சாய்ந்து "கவிதை" எழுதும்
நாய்களே! போரிடப் போங்கள்!

எனது பிள்ளையை
எனது நண்பனை - தாங்கும்
முலைகளைக் கொண்டு காத்திருப்பேன்,
அவன்
உயிருடன் திரும்பி வர.
அவனொடு வாழ்ந்தே தீர...

மரணத்தின் வாசனையறியாது
தொலைவிலிருந்து பூரிப்பூறும், உவமையூறும்
கற்பனைப் பேனாக்களை முறிக்கும்
உங்கள் வீரக் கிளர்வை முறிக்கும்
உங்கள் வெற்றிப் பரவசங்களை முறித்தே போடும்
அவ் முலைகளிற் பொங்கும் பேரன்பும்
வாழும் வேட்கையும்!
அதில்
மிச்சம்
அளவற்றுப் பருகிய நீங்கள்
அறியாததோ(!) என்(ன) நண்பர்களே....

மார்ச் ஒக்டோபர் 2007

சங்க காலத்து காவிய மயக்கத்துடன், மரணத்தின் வலியறியாது போர்ப்பரணி பாடும் எழுத்துகளுக்கான எதிர்வினையாக இது எழுதப்பட்டது. 'ஒரு ஈழப் போராளிக்குக் காதலியின் கடிதம்" எனும் பொருளில் எழுதப்பட்ட வைரமுத்துவின் 'துப்பாக்கி எப்போது பூப்பூப்பது' என்கிற கவிதைக்கான பதிற் கவிதை.

தொலைவிலிருந்து

செயன்
இந் நாள் உனை அடைய முடியாததாக
தொட முடியாதவாறு
உன்னுடைய வாசனையை அறிய முடியாமல்
கைப் பிள்ளையோடு
தேச எல்லை கடக்கத் தடையுடன்
துயரில் விசரேறிய மனைவியாய்,
உன் தோள்களில் சாய்ந்து, முதிர்ந்து,
நாளை
உன்னுடன் முரண்பட வருகிற
இனிய மகளென
பிறழ்வுற்ற வண்ணம்.

சன்னலைத் திறந்தால்
"சன்னலூடே பரிஸ்" ஓவியத்தில்
பூனையாய் நான்
இதோ! அதோ! அவர்கள் போனபடி.
உன்னை முகர
எத்தனை திங்கள்கள் கழிய
எவ்வளவு காலம் நான் பார்த்திருப்பது?
ஐஃபிள்க் கோபுர உச்சிக்குச் சற்றே கீழவாய்
பராசூட்டிலிருந்து தரை நோக்கி இறங்கும்
அம் மனிதனென
இத் துயர் நீக்க வருமாறு

அனா அகமத்தோவோவாய்
பாலைவெளிகளில் நின்று கத்துகிறேன்
நான் உன் மனைவி
(உன்னால் அடைக்கப் பட்டவள்)
நான் உன் மகள்
(உன்னை உடைக்கப் பிறந்தவள்)
கண்மணி... கேட்கவில்லையா
என் கண்முன் வா
என் கண்முன் வா

17 மார்ச் 2007

சன்னலூடே பரிஸ் (1913) என்பது ஐரோப்பிய ஓவியர் Marc Chagall *படைத்த ஓவியங்களில் ஒன்று.*

2007 - 2008

ஓர் இனிய முத்தம்

கனவுகளில் அது அமிலச் சுவை கொண்டிருந்தது
என்னுள் வெற்றிடத்தை ஏற்படுத்தி
அவனுக்கு வயதான போதிலோ
பெரும் பூதமாகி மூப்புற்று
விலத்தப்பட்ட உருசியைத் தரும்
கள்ளப் புளியம் பழத்தின் சுவையாய்
கற்பனையில் அதன் விசுவரூபம்

அவ் ஆதி விழைபுக்கு எதிரே
உன்னதமென ஏதுவுமற்று
சாக முன் அதை அனுபவித்துணர
சகோதரியிடத்தில் விழைபுற்று
நின்றதொரு வேட்கை
வெறியூட்டுமந்த மூர்க்கம்!

சிலவேளை மனதுள் அதை
ஆழ் வலியோடு
அழுதுகொண்டு கவ்வினேன்
ஆசை மிக
'பனங் கொட்டை சூப்பிற மாதிரி'
சூப்பினேன்
ஆயிரக் கணக்கான ஆண்டுகளாய்
எதிர்பார்ப்புகளுடன்
ஏமாற்றமாகவோ

அது யாரிடமிருந்து பெறப்பட்டதோ
  கனவுகளிடம் முகமில்லை!

இருபத்தி நான்காம் வயதில்
களமுனைக்கு அனுப்பப்பட முன்
கிடைத்தவோர் அபூர்வத் தொடுகை;
தனியிடத்தில் எதிர்ப்பட்ட 'கருணை'
இடை பற்றி இழுத்து
முகமெல்லாம் தடவிக் கவ்வ்வி
அதி விரைவில் நொடிக் குதிரை.
அதன்முன்
(உம்) எதுவோ உன்னதம் ?

17 மார்ச் 2007

'பனங் கொட்டை சூப்பிற மாதிரி': எழுத்தாளர் சுரேஷ் சுப்பிரமணியம் (கனடா) 1990களில் எழுதிய "போலிகள்" சிறுகதையில் வருகிற முத்தமிடுதல் குறித்த ஓர் அழகிய உவமை.

அவன் என்னுடையவன்

ஏதோ ஒரு நிலப் பிரதேசத்தில்
அவன் விழுந்து கிடக்கிறான்
வான் பார்க்க மறுக்கும் கண்களுடன்
தோழர்களுடன்
ஆசைகளைத் தூண்ட நடந்த மண்ணில்
நெஞ்சம் துளையுண்டு விழுந்து.
பிரக்ஞையற்றுக் கடக்கும்
        "யாரையோ" "கொடியவர்களை"
எதிர்ப்பவர்கள்   சொல்கிறார்கள்:
அனர்த்தம் விளைவிக்குமுன்
ஓர் மனித வெடிகுண்டு சுட்டுக் கொல்லப்பட்டது.
"எதையோ" சார்பவர்கள் சொல்கிறார்கள்:
அவனுக்கு எமது வணக்கங்கள்.
உங்களிந்தக் கொடிய வணக்கங்களை
பயங்கரக் குற்றப் படுத்துதலை
கொண்டேயந்தக் கடலிலே போடுங்கள்!
எனக்கு அவன் பிள்ளை
அவன் என்னுடையவன்

உம் விசத்தைத் தாங்கிய
கருப்பையிடமிருந்து இழுத்து
இன்று தான்
இந்த உலகம் அவனை
எடுத்தது போலிருக்கிறது
அதற்குள்

உமது வெறுப்பு எழுத்துக்களால்
என் சிசுவை மறைத்து
விழுந்த அவன் உடலை
நீவீர் உருவாக்கிய வெறுப்பினுள் தள்ளினீர்கள்

பிணக் குவியல்கள் கடந்து கடந்து
தேடிப் போன தன் பிள்ளைகளைக் காணாமலும்
கிடந்த
ஒவ்வொரு பிள்ளைக்காகவும்
சத்தமற்று அழும்
தகப்பனுடன்
நானிருந்து அழுகிறேன்
"...இங்க அநியாயமாய் போற எல்லாரும்
ஆரோ ஒரு தாயிட பிள்ளைதானே"
என்றொலித்த விஜியின் குரலில்
அடியுண்ட சனங்களின் துயரங்களின் கூட்டில்
உலர்ந்துபோன இதயத்துடன்.

பக்கத்தில் அவளின் குரலுக்கு
தயாராய் இருக்கும்
நக்கல்ச் சிரிப்புடன்
அக்கறையற்ற ஆண் குரல் வெடுக்கென உள்ளிடும்
"இப்ப, அத ஆரு இல்லையெண்டது?!"
அவர்களால்
அலட்சிக்கப்பட்டவளாய்

களைத்துப் போயும் கேட்பாரற்றும்
நான் வான் பார்த்துக் கத்துவேன்
மகளே.. எனது மகளே..

நெஞ்சின் கதகதப்புள்
பாலருந்திச் சுருண்டிருந்த சிறு பூனை
எனது சிருஷ்டி.
சோட்டியைப் பிடித்தபடி திரிந்த பிள்ளையைக்
கொண்டு போனீர்கள்
குண்டுதாரியென வீரரென வந்து சொன்னீர்கள்
ஓ.. ஓர் பிணத்திடம் சொன்னீர்கள்!

உங்கள் வார்த்தையாடல்களைக் கொண்டே
'அவளை' இழுத்தெழுத்த
அதே
பாழ் கிணற்றில் போடுங்கள்
அவளைப் போலவே
வஞ்சத்தில் கொல்லப்பட்டு
நாளை அவை உம் நீர் நிலைகளை நிறைக்கும்
தெருத் தெருவாய் சொல்லொணா வேதனைகளைக் கேட்டுக் கேட்டு
சைக்கிளில் ஓடிக் கொண்டிருந்தவளிடம் - இறுதியில்
"அழுவதுக்கு இனிமேல்
என்னிடம் கண்ணீர் இல்லையக்கா"
என்றவளோ அவள்?
அருந்தும் நீரில்
அவ(ள்க)ளது கண்ணீரின் அமிலச் சுவை
பழகியே போய் விட்டதா.... ?

மார்ச் 2007

ஈழநாசம் (www.eelanaasam.com/Newnews_html.html) எனும் இணையத் தளமொன்றில் பங்குனி 2007 காலப்பகுதியில் வெளியான செய்தி: யாழ்ப்பாணம் சாவற்காட்டுப் பகுதியில் தற்கொலைத் தாக்குதல் நடத்தச் சென்ற கரும்புலி, இராணுவத்தினரால் சுட்டுக் கொல்லப்பட்டார். சாவற்காட்டுச் சந்தியில் வீதித் தடைக்கு அருகில் புலிகளின் மனித வெடிகுண்டு ஒன்று தனது உடலில் பொருத்தப் பட்டிருந்த குண்டை வெடிக்க வைக்க முற்பட்டவேளை இராணுவ வீரரால் சுட்டுக் கொல்லப் பட்டார். பாரிய உயிர்ச் சேதம் தடுக்கப்பட்டது.

அநாமதேயக் குறிப்பு

பாதுகாப்பாய் சுருண்டிருந்த இடத்தினுள்ளும் நுழைந்து நான் கொல்லப்பட்டதை பார்த்துக் கொண்டிருந்தேன். இந்த வாய்ப்பு யாருக்கு வரும்? கடக்கின்ற தெருக்களில் கொல்லப்பட்டு கிடப்பவர்களைக் கண்டிருந்தால் தெரிந்திருக்கலாம்; நாளை உங்களுக்கும் அது நடக்க இயலும் நிச்சயத்துடன் அதே தெருக்களில் மீளவும் மீளவும் நடக்க நேர்ந்திருந்தால் தெரிந்திருக்கலாம். அல்லாதபோது, வேடிக்கையாய் இருக்கும். நான் கொல்லப்பட்டிருந்தேன். ஆனால் அதிர்ஸ்டவசமாய் சில வரிகளை விட்டுச் சென்றிருந்தேன், அதனாலாய் இருக்கலாம். என்னையறிந்திராத நீங்கள்: சில கவிஞர்கள் - சில எழுத்தாளர்கள் சில Xகள் - சில Yகள் - சில XYகள் குறிப்புகளை எழுதினீர்கள். அக் குறிப்புகளிலிருந்து எழுந்த இறுக்கம் என்னை அடைத்தது. அதற்குப் பிறகு இங்கு நான் ஒன்றுமேயில்லை என்பது, அதிலும், அச் சொற்கள் என்னைத் திருப்பித் தருமா என்பது, நான் நேசித்தவர்களுடைய காதினில் போய் அன்றைக்குக் கொடிய சிவப்புள், கறுப்புக் கண்ணீர் சிதறுண்ண, விழுந்து கிடந்தது நானில்லை என்றவை சொல்லுமா என்பது, என்னைக் கொன்றது. உண்மைக்கும் நான் செத்துத் தான் போனேன்.

பிறகு,
பிறகு
ஓ.. மிகவும் பிறகே
இந்த நினைவுகூரல்களின் சம்பிரதாயங்களைக் கடந்து
கனவிலிருந்து
- தனது நினைவுகள்
விழித்தெழுந்த என் பிள்ளை
தன் நரம்பொன்றை அறுத்து
"நீ செத்துப் போனாய்.. ஆனால்..
நீ செத்ததை
நான் பார்த்துக் கொண்டிருந்தேன் - பிறகு

ஒவ்வொரு நாளும்..." என்றெழுதத் தொடங்க
அதிலிருந்து சிதறுண்ட
கறுப்பாய் உருமாறிய ரத்தத்தில்
நீங்கள் எழுதியதெல்லாம் கழுவுண்டு போயிற்று
இப்போது
ஓலங்கள் வலுக்கும் இந்த ஆஸ்பத்திரியில்
நிரம்பி வழியும் பிணவறைக்கு வெளியில்
உயிருடன் எனைத் தேடி
நரம்பை அறுக்க ஆயத்தமாய்
என்னும் எத்தனை பேர் வரை காத்திருக்கிறீர்கள்?
சொல்லுங்கள்.
எழுதுவதற்கு இலக்கங்கள் மிக முக்கியம்....

ஏப்ரல் 2007

சந்திரபோஸ் சுதாகருக்கு; தகப்பன் துர்கனவில் மூச்சையடங்கியபோது விழித்த அவரது மகனுக்கும்.

இ(ல்லாதி)ருத்தல்

நான் இருக்கிறேன்;
*"குஞ்சுக் குஞ்சு மேகங்கள்
நெளிந்த நட்சத்திரம்
வானில் வட்டமான அம்புலியில்
அம்மா
அனேக இரவுகள் சோறு ஊட்டியிருக்கிறாள்"
இந்த வரிகளில், வசந்தி அன்ரி இருப்பதுபோல..

நீ உயிர்த்தெழுந்த படுக்கையில்
நான் இல்லை
நான் இருக்கிறேன்

உனது உதடுகள் எனக்குச் சொந்தமில்லையாதலால்
கால்களைத் தேடுகிறேன்
கால்சராயை விலக்கிப்
பாதங்களில் முத்தமிடத் துடிக்கிறேன்

இப்படித்தான்
சிறுமியாய் இருந்தபோது
வசந்தனைத் தேடிப் போனான் தகப்பன்
அவனுக்கு என்ன ஆனதெனக் கேட்டு.

பிரசுரங்கள் ஒட்டியபடி நின்றிருந்தவனை
பிடித்துக் கொண்டு போனவர்களை

'அவனது கனவுகள் பிடுங்கும்
கொடும் வதைகளினூடு
அந்த மெல்லிய கறுவல்
இன்னும் உயிருடன் உள்ளானா?
கண்களிற் கனவுடன் இருக்கும் அவளது நெஞ்சிற்கு
உம்மிடம் பதில்கள் உள்ளதா?'
கேட்ட அவனை, அவனது தோழர்களை
அவர்கள்
ஆயுதங்களாலும் கற்களாலும் எதிர்கொண்டார்கள்
நிராயுதமாய்
கிடைத்த சிறிய ஜீவனை வதைக்கும் மகிழ்வு
சகோதரர்களே உங்களிடத்தில் எப்படி வந்தது?
- அது எங்கிருந்து வந்து சேர்ந்தது?

அமைதி இராணுவம் காவல்நின்றியக்க
மண்டையைப் பிளந்து
கத்தி செருகி
இப்படித்தான் அவனது ஆன்மாவை ஆயுதங்கள் நெருங்கின
இப்படித்தான் எம்மது கனவுகளுள் சர்ப்பங்கள் நுழைந்தன

முடிந்தான் என்றார் வைத்தியர்
உறவினர்க்கு அறிவித்து
'சவத்தை' ஏத்த
'வான்' பிடிக்கப் போனான் சகோதரன்

வழக்கத்துக்கு மாறாய்
திருநீறு பூசாமல்
அப்பனின் அப்பன் நெஞ்சிரைய ஓடினான்:
"என்ர பிள்ளை என்ர பிள்ளை."
அவனது தோழர்கள் அவனை விடவேயில்லை
பிடிவாதமாய் ஒலிக்கிறது அவர்களது குரல்:
"யாழ்ப்பாணம் கொண்டு போவம்"
"அம்புலன்ஸப் பிடி."
அந்த 'வான்' கரடுமுரடான கிராமத்துத் தெருவில்
உயிராபத்துடன் ஓடும்
அது எந்தக் கிராமம்? *அது உனது* கிராமம்

அவளிடம் யாரும் சொன்னார் இல்லை.
வெடுக் வெடுக்கென நடக்கும் கோழிபோல
உள்ளுணர்வுகளில் அனர்த்தம் வெடுக்கென நீட்ட
கைப்பிள்ளையோடு
ஒரு விசரியாய் ஓடினாள் அவள்
(அந்தரா அப்போ உனக்கு வயது நான்கு).
உணர்வுகள் கணமும் காயம் பீரிட்டு வெளிப்பட நிக்கும்
அவளிடம் சொல்ல
யாரும் துணிந்தாரில்லை.

வயிற்றிலடித்து அழுதாள் அம்மையின் அம்மா
ஐயோ.. என்ர பிள்ளைக்கு இப்பிடி ஆனதே
என்ர பிள்ளைக்கு இப்பிடி ஆனதே..

வன்னிக் காடே உனக்கு நினைவிருந்திருக்கும்
குடா நாட்டுக் கடல்களே உங்களுக்கு நினைவிருந்திருக்கும்
ஒரு கறிக்குதவா மரக்கறியாய்
உணர்ச்சியற்ற மரமாக
'வழங்காத' உடலாக ஏனும்..ஏனும்
'உயிருடன்' கடவுளே
அவனைத் திருப்பித் தா
திருப்பித் தா

- அவள் கதறிய கதறலை
◊

ஒரு பெயர்ந்த நிலத்தில்
இராட்சதச் சாலையில்
வாகனங்கள் வீசி
தொலைவில்
நான் போயறியாத நிலத்தில்
நீ துயிலுள் போனாய்;
உன்னுடன் நான் இருந்தேன்
நான் இல்லை

சுவையறியாத உதடுடன்
உன் கால்களைத் தேடி வருகிறேன்
நீ என் தகப்பன்

01 மார்ச் 2007

*தற்போது இலண்டனில் வசிக்கும் பழைய போராளியான வசந்தி 1990களில் எழுதிய கவிதையொன்றின் சில ஆரம்ப வரிகள்.

ஓமர் காடர் கூறியவை

ஒவ்வொருவராக
நேரம் எடுத்து
எனது சதையைக் குதறினீர்கள்
இனியும் என்ன?
இச் சிறைக் கூடத்தை நான் பழகிவிடுகிறேனே...
அது எனது புன்னகையை எடுத்தது
சின்ன வயதின் புன்னகை
அம்மாவின் கருவறையினது
கதகதப்பு முறுவல்.

வரண்ட முகத்தினுள் கிண்டப்பட்ட குழிகளுள்
விழுந்து புதைந்த புன்னகையுடன்
அதிகாரங்களால் ஆக்கிரமிக்கப்படும்
சனங்களின் நிலங்களாய் - எனை
நெருக்குண்ட சுவர்களுக்குள்
எனது பதின்மம் தூக்குப் போட்டுக் கொண்டது
தொலை தூ......ர வீட்டில்
எனது தகப்பன்
கொடும் இரவொன்றில் விழித்தெழுந்து
தலை தொங்க
சாய்ந்து சாய்ந்து நடந்து
கைகளால்
வெறுங் காற்றைத் துளாவி
'என்ர பிள்ளையள் எங்க.. எங்க'வென

அரற்றிய போதில்
என் உயிர் பிரிந்தது

இப்போது நான் நீதிக்காகக் காத்திருப்பவனல்ல
'மனித உரிமைகள்' பேசும் நாடொன்றின் சிறையினில்
கறுப்புச் சந்தையில்
'அவர்கள்' விற்ற துப்பாக்கியுடன் கைதான
அந்த 15 வயது ஓமர் - அவன்
குழந்தைப் போராளி அல்ல
ஓர் அமெரிக்கனைக் கொன்றவன் சிறுவனே அல்ல
அவன் பயங்கரவாதி!

04 நவம்பர் 2007

பிறகு

நான் அங்குமிங்கும் ஓடினேன்
பீதியை முதன்முதலாய் உணர்ந்து.
அன்று கதவுகள் பூட்டப்பட்டு விட்டன
அயலில் யன்னல்களோ மூடப்பட்டு விட்டன
விடாது கொட்டிய இமைகளுள்
நான் மீண்டும் மீண்டும் கண்டேன்
அந்தக் கொடியவர்களின் முன்னால்
எனது தகப்பன் சிறுத்து விழுந்ததை
        ஓ.. எனது அப்பா.
அவரைத் தாக்கிய
அக் கொடிய ஆயுதங்களை
நான் அறிந்ததில்லை.
வீட்டுள்
அடைபட்டுக் கிடந்த மான் குட்டிகளென
தப்பித்து ஓட
இந்தச் சுவர்கள் இடிந்து விழாதோ என்று
இந்தக் கதவை உடைத்து
அவரைக் காப்பாற்ற
யாரும் ஓடி வருவரோ என்று,
அப்பா சொன்ன கதைகளில் வராத
பேரச்சத்துள்
சுழன்றோடினேன்

எனது உடம்பின் தசைகள் - அதிர்வில்

பதறிப் பதறி
சுவர்களின் திசையெங்கும்
சிதறி ஒட்டின,
இரத்தம் தோய.

சற்று அசையாது
சுவர்கள் அங்கேயே இருந்தன, விறைத்து.
கதவுகள் திறபடவே இல்லை, இல்லை.
பதறி
என் பாற் தசைகள் சுவரெங்கும் சிதற
நீங்கள் எனது தகப்பனைக் கொன்றீர்கள்!
தன் அருகாமையிலிருத்தி எனக்காய் பாடிய
அவரது பாடல்களைக் கொன்றீர்கள்!
உள்ளே சிதறிப் போன
என்னையும் அடித்துக் கொல்வதை விடுத்து
சுவர்களில் ஒட்டிய தசைகளை வழித்தெடுத்து
காயங்களாற் பள்ளமான ஓட்டை உடலினுள்
போட்டுச் சென்றீர்கள்

அம்மாவின் ஆடைகளில்
- அப்பாவின் அன்பினது மணம் அகற்றும்
ரத்தம் மணக்கிற கனவுகளை
துரத்திக் துரத்திக் களைத்தும்,
அதனை அவள் மேல் வீசியே தீர

பிக்கான்களை ஓங்கிய கைகள்
மண்டைக்குள் வருகையில்
இனி என்னால் தூங்க முடியாது

ஓராயிரம் பாடல்கள் அழிந்த ஓர் இரவிலே
நீங்கள் நம்பினீர்கள்
அந்த ஒரு இரவில் மரணம் நிகழ்ந்தது
ஒரே ஒருமுறை என்பதாய்!
ஆனால் நீங்கள்
மீண்டும் மீண்டும்
என் கண்முன்
எனது தகப்பனைக் கொன்றீர்கள்

30 ஏப்ரல் 2007

செய்தி: "...இன்று யார் கவலைப்படுகின்றனரோ இல்லையோ குடும்பத்தினர் துயரப்பட்டு கண்ணீருடன் இருப்பர். [எஸ்போஸ்] படுகோரமாக தாக்கப்படும் போது இவரின் எட்டு வயது மகனும் வீட்டில் தான் இருந்துள்ளார். கொழும்பு செல்வதற்காக வவுனியா புகையிரத நிலையத்தில் மனைவியை விட்டுவிட்டு வீட்டில் தந்தையும் மகனும் தொலைக்காட்சி பார்த்துக் கொண்டிருக்கும் போது இரு முச்சக்கர வண்டியில் வந்த ஆறு பேர் இவரை பிக்கான் போன்ற கிணறு வெட்டும் ஆயுதங்களால் கடுமையாக தாக்கியுள்ளனர். அயலில் உள்ளவர்களின் தகவலின்படி இவரும் கொலைகாரர்களை எதிர்த்துள்ளார். கனரக துப்பாக்கிகளுடன் பலர் வந்து வீரம் காட்டும் போது எழுதுகோலை மட்டுமே ஆயுதமாகக் கொண்ட ஒருவர் என்ன தான் செய்ய முடியும்?

இதில் முக்கியமாக கவனிக்கப்பட வேண்டிய ஒரு விடயம். எட்டு வயது பிள்ளை இதற்கிடையில் கத்திக் கதறி அலைந்து திரிந்துள்ளான். அவலப்பட்டுள்ளான். அயலில் பயப்பீதி காரணமாக எவரும் வெளிவரவில்லை. யாரோ ஒருவரின் உதவியால் உறவினர்களுக்கும் கொழும்பு புறப்படவிருந்த மனைவிக்கும் தகவல் கொடுக்க முடிந்துள்ளது. சுயாதீன ஊடகவியலாளர் சுதாகரின் படுகொலை [29 ஏப்ரல் 2007] வன்னியூரான்; தினக்குரல் பத்திரிகை.

மரங்கள்

கொலை செய்யப்பட்ட
உன்னுடைய ரத்தம்
என் முலைகளில் வடிய
நான் கொலை நடந்த இடத்தை
மறந்து செல்வேன்
- தாரில் காய்ந்திருக்குமுன் குருதியை
ஓர் நாயென
முகரத் திரியும் ஆழ் மனதுடன்.

கைகள் நிர்க்கதியில் பிறழ்வினைக் கடக்கிற
வழிகளைத் தேடியலைய
யன்னலுக்கு வெளியில்
நடந்து போகின்ற தூரத்தே
வீழ்ச்சி

வீடு
தன்உள் ஒடுங்குதலைப் பழக்குகையில்,
குடும்பம்
பழக்கத்தை நீட்சிப்பதையும் போல்,
மரணத்தைப் பழக்குது சூழல்
உணர்ச்சியோ மரக்குது ஒவ்வொன்றாய்.

கண்ணே
தார் நிலத்தில் உனது குருதி

தன் மணத்தினை இழந்தவாறு
ஒவ்வொரு நாளும்
ஒவ்வொரு நாளும்
பழகிப் போதலை
மனுச மறதியை
அறிவித்தவாறு.

என் யோனி அடைத்துக் கொண்டது
அதனுதடுகள்
பிறப்பின் இன்பச் சொற்களை மறந்தன

உணர்ச்சிகள் செத்து
நாங்கள் எழுவோம்
மரங்களாக
எங்கள் பிள்ளைகளின்
பிணங்களின் மேலில்

செப்ரெம்பர் 2008

2007

முற்றுப் பெறாத கொலைக் குறிப்பு
{ என் வரலாற்றைப் பகிரும் பெண்ணுக்கு }

அதிகாரத்துடன் நடக்கின்ற நூறு ஆண்கள் போல
அவள் நடந்தாள்
(இது றெஜினா சொன்னது)
நீங்கள் கண்டிருப்பீர்கள்
வெற்று அதிகாரமல்ல
சக மனுசருக்காக ஒலித்த நிமிர்வின் வல்லபம்.

பிளவுண்ட எமது சகோதரர்களே
நீங்கள் அறிவீர்கள்
உங்கள் எல்லோருடைய கையிலும் 'அது' இருந்ததை
அவள் 'இருப்பதை' 'எடுக்கிற'
தகுதியொன்றே அதற்கிருந்ததை
அது பசிகொண்டு
தினவேறி
விறைப்பில் எழுந்ததை

நகரின்
எத் திசையுமிருந்தும் சூழ்ந்த
சாவின் வாசனையை மோந்தபடியே
அவளைச் சூழவும் கழுகுகள் பறந்ததை,
சாட்சியாக மறுத்து
மௌனமான எமது கண்களால்,
நாம்
கண்டுகொண்டே இருந்தோம்; கழுகுகளோ

அங்கே நிரந்தரமாய்க் குடியேறின
யாரையும் குதறாத நேசத்துடன்
புணருகிற போதோ
எமது யோனிச் சதைகளுக்காக
அவை
கூரைகளைப் பெயர்த்தன

நடக்கப் போகிற கொலையைக் காணாது
எமது இமைகள் தாமாய்த் தாழ்ந்து கொள்ள
உங்கட துவக்குகளால் 'எடுக்க' மட்டுமே முடிந்தது.
தெருவெங்கும் அந்த ஓலங்கள் தீராத இன்றும்
- அவளைப் 'போட்டது' நீங்களில்லை என்றே
ஒவ்வொருவரும் மறுத்துத் தலைகளை ஆட்டலாம்
மௌனமாய் இருக்கும் எங்களைப் பொறுப்பாக்கும்
பழியானால் எல்லோருடைய தலைக்குள்ளும் கிடக்கிறது
நீ...ண்டு
இந்தத் துவக்குகளைப் போல,
அழிக்கின்ற விசையை
ஒருபோதும் மறவாமல்.

அழுத்தும் அவ் விசைக்குச் சாயவென
வீழ்த்தப்பட்டவர்கள் விதையாகும் மண்ணில்
"அழுவதற்கு இனிமேல் என்னிடம் கண்ணீர் இல்லை அக்கா"
என்ற தன் சகோதரியின் குமுறலைச் சுமந்து

சைக்கிளில் அவள் ஓடிக் கொண்டே இருக்கிறாள்
உங்கள் காலங்களின் முன்னால்
எஞ்சிய சிறு நம்பிக்கையாய்!
எதிர்ப்படும் நீங்கள் - அதை
பாழுங் கிணற்றில் கொன்று போடலாம்
ஓர் குண்டொன்றினால்ச் சுட்டு வீழ்த்தலாம்
அதுவரை அவள் ஓடிக் கொண்டிருப்பாள்
உந்தத் துரத்தல்கள் தொடர
சூழ்ச்சிகள் நெருங்கவியலா
தன் வல்லபத்துடன்
தன் நிமிர்வுடன்
ஒருபோதும் குழந்தைகளை வேட்டையாடியறியா
ஆதித் தாயின் அதிர்வுடன்
நீங்கள் கண்டிருப்பீர்கள்.

பெப்ரவரி - ஏப்ரல் 2007

கனடிய பூர்விகக் குடியைச் சேர்ந்த பஃபீ செயின்ற் மேரியின் **star walker** பாடல் வரிகளது அதிர்வோடு ராஜினி திரணகம நினைவில் எழுதப்பட்டது. அவ் வரிகள்: '...she's a friend of yours/ You've seen her opening doors/ She's a history turner (...அவள் உங்களின் நண்பி / அவள் கதவுகளைத் திறக்கக் கண்டிருப்பீர்கள் / அவள் வரலாற்றைத் திருப்புபவள்).

இறுதி வார்த்தைகள்

குருவிகளின் இருத்தல் தெரியாத
வானில் அவை பறப்பன தெரியா
அடர்பெரும் காடுகளுள் அழைத்துச் செல்லப் படுவேன்
நீங்கள் எத்தனை பேர்?
இழுத்துச் செல்லப் படுகிற ஒவ்வோர் நொடியும்
காலில் அடிபடுகிற சருகுகளின் சரசரப்புள்
இழுவுண்டு...
ஆசை முகங்கள்
வந்து
வந்து
போ க...

உங்களில் எத்தனை பேரோ ?
நாயொன்றைத் துன்புறுத்துவது போல
வேசையை அவமதிக்க
சனக் கூட்டத்தில் ஆடையைக் கிழித்து
அவளது உடலில்
எச்சில் துப்புவது போல
சிறு குழந்தையைத் தூக்கி
மதிலில குத்துகின்ற மூர்க்கத்துடன்
இதுகாலும் நானறிஞ்ச
வன்முறைகளின் சேர்வு மையமாம்
யோனி கிழிய்யக் கிழிய்யய...

என் பெரும் ஓலத்தில்
வெறியுறும் உம் உறுப்புகள்
ஆயுதங்களாகின்றன
அமத்தியிருக்கும் கைகளோ
தசைகளைக் குதறுவதில்.
ஓநாயின் பற்களுக்காய்
என் உயிரிருந்து
ரத்தம் கொப்பளிக்கிற (இ)றைச்ச்சித் துண்டுகள்
காலிருந்து, தொடையிருந்து,
மாரிருந்து, உதடிருந்து............

அடர்காடு மறைக்கும்
வானமோ தெரியவில்லை
பலி வேண்டும் முகங்களோ புலனிருந்து மறைந்தவாறு...
வலுவற்று எதிர்க்கெதிர்க்க
உற்சாகங் கொள்ளும் உங்களிடம்
தலைமயிரைப் பிடிச்சு நிலத்தில அடிக்க
கண்சோர மயங்கி விழிக்கும் ஒவ்வொரு சிறு கணமும்
தரையில் அடிச்சும் நொறுக்கப்படா உடலின் மிச்ச சக்தியுடன்
மன்றாடிக் கேட்கிறேன்:
பிறகும், பிறகும்
என்னை விட்டு வையுங்கள்
என்னிடம் உயிரை விட்டு வையுங்கள்
நான் வாழ வேண்டும்
எவனு(ளு)டனோ
இந்த வாழ்வை
'இருத்தலின்' பெரும் வலிமையுடன்
தயவுசெய்து

பிரகாசமான நாட்களில் தெளிவுறும் வானத்தின்
அலைமோதல்களுடன்
சைக்கிளை மிதித்தபடி
ஓர் அருமையான அறுவடைகாலம்
நான் வாழ்ந்த தெருக்களுக்கு

என்னிருப்பு மீண்டிட
காடுகளே உம்மை விலக்குங்கள்
ஓநாய்களே
இனி என்னை அகலுங்கள் (பிறகும் பிறகும்)

ஆனால்
ஒரு விடியலில்
கிண்டப்பட்ட புதைகுழிக்குள்
பாழ் கிணறொன்றில்
கண்டெடுக்கப்படும் ஒன்றாய்
அழுகிய நாறிய அழிஞ்ச ஒன்றாய்
என் தாய்க் கிழவியின்
ஒப்பாரி ஓலங்களினிடையே
மேலே இழுக்கப்படுவதற்காய்
காலுகளே
என்னை விட்டுச் செல்லாதீர்கள்
கைகளே
என்னை கைவிட்டுப் போகாதீர்கள்.

ஓர் இனிய முத்தத்தின் பேரியக்கத்தில்
ஆயுதங்களின் விறைப்புகளுக்கும் அப்பாலாய்
நானும் வாழ வேண்டும்
நான் பிறந்து வந்த 'இந்த இடத்தில்'
பிரியமுன் (என்னினிய) அவர்களிடம் சொல்வதற்கு
எனதாய்
இறுதி வார்த்தைகளின் உரிமையுடன்
காலுகளே
ஆயுதங்கள் ஆகிய உடம்புகளே (பிறகும், பிறகும்)
ஒரு அருமையான அறுவடைக்காலம்
நான் வாழ்ந்த தெருக்களிடம்
என்னிருப்பு மீண்டிட
தயைகூர்ந்து கருணை காட்டுங்கள்

2007

இதைக் 'கற்பழிக்கப்பட்டவள்' எழுதியிருக்கலாம்

நீங்களோ வார்த்தைகளோடு வருகிறீர்கள்
வார்த்தைகள்!
வார்த்தைகளுக்கப்பால் உயர்ந்தது
வாழும் வல்லமை
அதைத் தருமா
எனை நொறுக்கும் இச் சொற்கள்??

பாலியல்:
    வன்முறை
    ~~வன்புணர்வு~~
    ~~வல்லுறவு~~
    மயிர்!
கற்ப(அ)ளிப்பு! கற்ப(அ)ழிப்பு!
கற்பை அளிப்பதும் அழிப்பதுமென...
இவ் வார்த்தைகளால் என்ன செய்ய முடியும்?
இதில் சேர்மனாகாத வார்த்தைகள்
மூளைக்குள் மரபின் விசமேறி நிற்கையில்
எனக்குத் தெரியும்,
அதை மறைத்து,
எங்கணும் யோனிகளைச் சுரண்டும்
நீங்கள் சிலபேர் இருந்து
    அறிவார்த்தமாய்
சொற்களுக்குள் சொற்களாய்
அரசியலுக்குள் அரசியலாய்

எங்களைச் சொற்களூடே அணுகவென்று
தயார்நிலையில் நிற்பதை.

ஈற்றில்
விரிக்கப்பட்ட தொடைகளும்
தீண்டியதில் ஓர் எண்ணிக்கை கூ(ட்)டும்
ஒரு யோனியுந் தான் நாங்கள் என்பதை
அடி ஆழத்தில் கவிஞர்களே உம்
(இருப்பின்) மனச்சாட்சியும் அறியுமெனும் போது
எதற்காக வருகிறீர்கள்?

குதறப்பட்ட என் சதைகள்
இந்த நிலத்துக்குப் பசளையாகும்
எஞ்சியிருக்கும் நான் *இன்னும்* எழுவேன்
உயிர்தான் பெரிது.
உங்களது எந்தச் சொற்களை விடவும்
கோடி கோடி
பூரணமானவள் நான்
காயப்பட்டது தான் என் உடல்
ஆனால் உம் அரசியலுக்காய்
அதை விதைக்க அல்ல;
வாழ.

01 ஏப்ரல் - 13 செப் 2007

பெண்களானால்!

(1)

என்னை உள்ளடக்காத
உனது சட்டங்களிடம்
கூனிக் குறுகி நின்று - நான்
உன் மொழியாலும் அதிகாரத்தாலும்
'கற்பழிக்கப்பட்டதை'
நிரூபிக்கத் தான் வேண்டுமென்றால்
எனக்கு நடந்ததை வரிவரியாய்
உன்னிடம்
நிரூபித்தாக வேண்டுமென்றால்
நீதி வழங்கும் உன் மேடையில்
தொடையை அகட்டிக் கிடக்க,
என் காயங்களைப் பூந்து பாத்து
பதிலை அங்கே தேடி
நீ 'விரும்பிற' உண்மையை வந்தடை

(2)

ஓர் ஆயுதம் எவ்வளவு தூரம்
அத்துமீறிச்சென்றால்
அது வன்முறை?

(3)

என்மேல் நடத்தப்பட்டதை
மறுப்பதூடாக
நானதைக்
        கடந்து செல்லத் தடையாய்
நிகழ்ந்த வன்மீறலை
நினைவூட்டிக் கொண்டேயிருக்கிறாய்
வெறுப்புள் தள்ளி
என் எஞ்சிய திடத்தை
அஃதால் அழிக்க நிக்கிறாய்

....போரின் வலியும் அழிவும்
என்னையே துளைத்துச் செல்கின்றன
எதிரொலிக்கின்றன

(4)

நான் அறிந்திருக்கிறேன்
சிலியில் பினோஸேயின் கட்டளையின் கீழ்
பொலிசார் எலிகளுடன் வந்தார்கள்
அந்த எலிகளைப் பெண்களின்
யோனிகளுக்குள் அனுப்பினார்கள்
(ஏனெனில் அவர்களது குறிகளைத் தாங்கிய பாவம்

அவையைச் சேர்ந்தது).
லங்காபுரியில் சிங்கள ஜே.வி.பி சகோதரிகளுக்கு
போத்திலை உடைத்து
யோனியுள் ஒட்டினார்கள்
(பிறகவர்களால் புணர்ச்சியை நினைக்க முடியாதபடிக்கு).

போராட்டத்தில்!
பெண்களானால்!
அறிந்த பிறகு நம்ப முடியுமா
'எனது ஆண்களின் குறி வடிவம் மட்டும் வேறானது' என்பதை?
அவையின் கட்டுறுதிமிக்க குணஇயல்பென - பின்னரும்
ஒன்றையே நம்ப இயலுமா-
எத்தகு கட்டுறுதி மிக்க இயக்கத்தை
அவை பின்பற்றிடினும்?
எத்தகு
வலிய கட்டளைக்குக் கீழ்ப்படிந்திருப்பினும்?

ஆதலால்
நான் தரப்பட்ட 'உண்மைகளிலிருந்து' தவறி
மறைக்கப்பட்ட எலும்புகளும் இறுதி முனகல்களும்
எதிர்ப்படுகிற தெருவுக்குப் போகிறேன்
'தரப்பட்ட உண்மைகளை' நம்புகிற
- அவற்றையே தம் வசதிக்காய் 'நம்ப விரும்புகிற'
தோழர்கள்
அவ் வழி வர மறுக்கிறார்கள்; அதனால்
அத் தெரு இருப்பதும் 'பொய்யே தான்' என்கிறார்கள்

எப்போதும் அச்சத்திலிருக்கிறேன்
கிழிந்த தசைகளில் குருதி வடிய
போய் நின்றாலும்
நமது முனகலும் ஓர் நாள் பொய்த்துப் போகலாம்

ஆகவே
மறுபடி மறுபடி

எழுதப்பட்ட வரலாற்றிலிருந்து
வெளியில் விழுகிறேன்

31 ஆகஸ்ட் - 05 ஒக்டோபர் 2007

ஜே.வி.பி: *1971, 1988, 1990:* இலங்கையின் தெற்கு மற்றும் மேற்கு மாகாணங்களில் இவை முக்கியமான ஆண்டுகள். சிங்களக் கிராமங்களில் இடதுசாரித்தன்மை கொண்ட அமைப்பாகத் தம்மை வெளிப்படுத்திக்கொண்ட ஜே.வி.பி - ஜனதா விமுக்தி பெரமுனவால் (மக்கள் விடுதலை முன்னணி) முன்னெடுக்கப்பட்ட இளைஞர் எழுச்சிகள் இலங்கை அரசால் ஒடுக்கப்பட்டன. முதலாவது எழுச்சியில் *15,000* இற்கும் மேற்பட்டவர்களும் பிந்தையதில் *70,000* இற்கும் மேற்பட்டவர்களுமாய் சிங்கள இளைஞர்கள் பலியானார்கள்; காணாமற் போனார்கள். சிங்களப் பெண்கள் பாலியல் வன்முறைகளுக்கு உட்படுத்தப் பட்டார்கள்.

2007

தோழர் அசிங்கம்

"வெறும்" துவக்குகளில்
ஈர்ப்புடன் வந்தவரை
மணந்திருந்த
விடுதலை எண்ணங்களால் உருவான
ஆளுமை மிகு பெண்கள்
பழைய 'இயக்கக்காரிகள்'
தம் இயக்கங்களின் பல அசிங்கங்களை
"தோழர்' என விளிக்கிறார்

ஓர் உதாரணம் சொன்னால்:
தோழர் அசிங்கமொரு
என்.ஜீ.ஓ (NGO) வைத்து
கதையடிப்பார் அடிப்பார்
உதவி 'பெறும்' நிலையிருக்கும்
எளியவர்க்கு
வலிய தன் குறியாலுந் தான் அடிப்பார்

அதிலும் பாருங்கள்
அச் சிறு பெண்,
பதின்மங்களின் இறுதியில்

உயரிய அவரின்
பாலியற் துஸ்பிரயோகத்தின் அவமதிப்பை
எதிர்க்க யாருமற்று
தூக்குப் போட்டுச் செத்தாள்.
அவளது வரலாறோ
உடலாலும் உழைப்பாலும் வஞ்சிக்கப் பட்டிருந்தது.
மலையகத்தின் வறுமையிலிருந்து
மாற்றங்களை வேண்டி வந்தவளை, வந்தவரை
ஒடுக்கிய சுரண்டல் சாமி.
அது
தனிப்பட்ட விசயம் என்றே நழுவி
- அவரை
நாம் தோழனாக அங்கீகரித்தோம்
எம் சிந்தாந்த மௌனமூடாக
ஒரு மரணத்தை, சுரண்டப்பட்ட
மலையகத்தின் மனிதர்களை,
சுரண்டுதலை,
ஒரு சிறு உடல் மீது
வலியவன் மீறல்களை
அங்கீகரித்தோம்.
அவர்களே
சமூக செயற்பாட்டாளராய்
போர் தொடங்க
போர் முடிய
அசிங்கங்களைத் தொடர்ந்து நடாத்திட

வழி விட்டோம்

உதவி கேட்டு வந்தவரை
ஒடுக்கிய சுரண்டல் சாமி
விட்டால் பேசுவார் தோழர் வாய் கிழிய
'இந்த இயக்கம்' செய்த
இந்த அநியாயம், மனித உரிமை மீறல்
மசிர், மண்ணாங்..கட்டி!

தோழர் அசிங்கங்களே!
உங்கள் திருவாயை மூடுங்களேன்.
நீர் சுரண்டவும் - போர்
பெண் தந்தது பாரும்.
உண்மையென்னவெனில்
உங்களுடைய ஆண்குறிகளது
அநியாய இயக்கமொன்றே
எம் நிலத்தின் சாபக் கேடு.

இருப்பதெல்லாம் --- அங்குல நீளத்தில்
ஒரு குறி,
பேச்சு மட்டும்
சிவப்பும் நியாயமும்.

ஜீலை - செப் 2007

தோழர் அசிங்கம் 02

எங்களுடைய நரம்புகளை அறுத்துவிட
வழியெல்லாம்
குருதி ஓடுகிறது...
எமது குருதியைப் பற்றிய
உமதும் 'கவிதை' அதிற் தான் மிதக்கிறது
சிந்தப்பட்ட எம் குருதியைவிட மேலானது
உயிரற்ற உம் கவிதையே எனில்
அது, என்ன ஒரு துயரம்!
சுரண்டலில் 'சர்வ வல்லமையும் பொருந்திய' ஒரு ஆணாய்
உனது வாரிசை யாருக்கு பெறுவது முதற் கொண்டு
எந்த மேற்தட்டு வீட்டில் எத்தகு கல்வி பெற்று - அவன்
பின்னாளில் எவ்வாறு உருவாகுதல் நலம் என்பது வரையில்
நஸ்டங்கள் எதுவுமற்ற
உன்
திட்டமிடலின் 'கெட்டித்தனம்'
வாய்த்தில்லை யாருக்கும்.

துரத்திச் சென்று மண்டையிற் போட்ட
ஆயுதத்தின் அலறலுள் சிறுத்து,
மனிதம், இறுதியில்
ஆடொன்றைப் போல ஓலமிட்டது.
அதன் அதிர்வில்
இரத்தம் சிதறுண்ண எமது உடலின்
நரம்புகள் அறுந்தன.

'கொல்லாதிங்கடா' - பரிதாபமாய்
உயரக் கூப்பிய கரங்களை,
இமைகள் மன்றாட
சிறுமைப்படுத்தப்படும் மனித ஆத்மாவை,
'கவித்துவமாய்' வெளிப்படுத்தக் கூறும்
உமது கவிதை
அடைகிறது, வெடி குண்டுகளென.

அவலத்தில் லாபம் தேடும் ஒரு கவிஞன்
ஆதிக்க வடிவத்தில்
இன்னுமொரு ஆண் வியாபாரன் மட்டுமே.
உமைக் கண்டால்
மீண்டும் எமது நரம்புகள் அறும்
உமது கவிதைகள் அதில் மிதந்து சென்று
'மீண்டும் கடலை' அடையட்டும்
அப்போதாவது எம்மை நெருங்காதிருக்கட்டும்
கபடங்கள் நிரம்பி வழியும்
உம் மனிதமும் ~~மென்னிதயமும்~~ மயிரும்.

29 ஒக்டோபர் 2007

2007 - 2008

"ஆர் பெற்ற பிள்ளையோ"

அவர்களால்
அவனது மரணமோ ஏலவே தீர்மானிக்கப் பட்டிருந்தது
சவப்பெட்டியும் தயாராகவே இருந்தது

அவனதோ மெல்லிய உடல்
'கொஞ்சமாவது நீரருந்தினா என்ன'
'யாருக்குக் காட்ட இது"
'உணர்ச்சிக் கொலை'

தறிக்கப்பட்ட ஒரு வில்லோ மரத்துக்காக
"சகோதரனை இழப்பது போல"
அழுதவளும்
தன் தலைமையின் அடக்குமுறைகளை
எதிர்த்த சிறு குரலையுடையவளுமான,
அவள் - அனாவை
அவர்கள் அறிந்திருக்கவில்லை

அக் காலம்
சிறுமிகளாய்ப் பெண்கள்
அவனதுடல் ஊர்வலம் போன
வீட்டருகாமையில்
வீதிகளில் நின்று
உறைந்து போனார்கள்

ஒவ்வொரு நாளும்
"யார் பெற்ற பிள்ளையோ"
"யார் பெற்ற பிள்ளையோ"
போய்த் திரும்பிய வழியெங்கும்
அரற்றினார்கள்

யார் பெற்ற பிள்ளைகளோ
நாம்
அவர்களில் உறைந்து போய் நின்றோம்;
ஒரு கொடும் காலமும் அவர்களில் உறைந்(த)து மறைந்தது.

2007 செப் 17

திலீபன் நினைவு: "ஆர் பெற்ற பிள்ளையோ" தேசமெங்கும் அக்
காலத்தில் யாவர் உதட்டிலும் சாபமாய்ப் படிந்த வாசகம்

பிள்ளைகள் தேவை

உனது பிள்ளையை அவர்கள் கொண்டு போனார்கள்
வீட்டு முற்றங்களுக்கு யுத்தம் வந்த போது
போரிடப் பிள்ளைகள் தேவையானார்கள்.
வாகனங்கள் புழுதி கிளப்பிச் சென்ற தெருக்களில்
உனது கடைசிப் பிள்ளையின் வாசம் வந்துகொண்டிருக்க
நெஞ்சடைத்து நீ விழுந்தாய்
ஆஸ்பத்திரியில் அவனது வரவை
ஒருபோதுமே அறிவிக்காத சுவர்களுக்குள்
உயிரை விட்டாய்

உன்னை அவர்கள் கொண்டு போனபோது
பிள்ளையை நினைத்து நினைத்துப் போன தெருக்கள்
துயரத்துடன் அழுதன
கண்ணீர் சிந்திச் சிந்தி தடம் கீறும் கன்னங்களில்
மீசை முளைத்திராத பிஞ்சு முகம்
மோதி மோதி அழுதது

பூவரசம் பூத்திருக்கும் காலமாகுமா இது...
கொண்டல் பூக்கள் தொங்கும் ஒய்யாரத் தெருக்கள்
துயர் கொண்டு அழுதன
கிராமத்துப் பறவைகள்
வானில் சிலகணம் அந்தரித்து நின்றன
உனது பருவ மகன்
தனது ஆசைகளை அள்ளிப் போட்ட தாய்நிலத்தில்
சலனமின்றி விரைந்த வாகனத்துள்
எங்கிருந்தோ ஒரு கழுகு நிழலாகத் தொடர

உதடு பிதுக்கிப் பிதுக்கி
அவன் அழுதுகொண்டே போனான்
முலையைக் கொடுத்தால்
இப்போதே குடித்து விடும்
பிள்ளை முகத்துடன்
கடைவாயில் பால் கசிய.

கொடியில் ஈரம் உலராச் சேர்ட்டுகள்
காற்றில் உதறி உதறி விசும்பின
சலுகையுடன் அவன் நின்ற தூணும்
சாய்ந்திருந்த சமையற் கட்டும் அவனைத் தேடின
ஊளையுடன் அவர்களை நாய் தொடர்ந்தோடிய முற்றத்தில்
தம் உயிர்த் தோழனின் பிரிவை
மாமரங்கள் குளறித் தீர்த்தன
நீ அவனது நினைவுடன் இறந்தாய்.

காசிநாத,
அவர்கள் அழைக்கிற ஓர் புனித தினத்தில்
உள்ளே அவனது சதைத்துண்டு இருப்பதறியாத் துண்டுநிலத்தில்
உன் மனைவி தீபங்களை ஏற்றி வைக்க
இனி நீ அழ வேண்டி வராது
உனக்கு முன்னால் அவன் போன கனத்தை
உன்னோடு சுமக்க வேண்டியதுமில்லை
நல்லதொரு சாவு!
யாருக்கும் வாய்க்காது

மாசி 2007

பிள்ளைகளற்ற நிலம்

கடல்
இளமையின் கொண்டாட்டம்.

எழும்
அலையிடமிருந்து காக்கத் துடித்தவனுடன்
விளையாட்டாய் நீர் எற்றி எற்றி
அலைகின்ற மணற் கரையில்
"கந்தனைக் கொண்டு போயிட்டாங்களாம்"

வரும் செய்தியில் அழியும்
கொண்டாட்டம்

தன்னிடம் இழுக்க்கும்
கடலுடனான வசீகரமும் திகிலும்
உடலிருந்து ஒருசேர வடிய
அவ்விடம் நிற்கிறேன்,
உள் இறங்கும் நிசப்தம் சூழ.

வானிலே சிறு சிறு துளிகள் பெலக்க
அவர்களோ ஓடுகிறார்கள்
விழும் மழைக்கொதுங்க.

இவ்வாறு கதை தொடங்கும்...

"கந்தனைக் கொண்டு போயிட்டாங்கள்"

வந்து தொடவாய்
அதன் கரையில்
நானுன்னை ஆதி உடலிற் புணர விரும்பிய கடல்
பிள்ளைகளைப் பிடிக்க வரும் கரமாகி
அதி ராட்சத விரல்களை விரித்துத்
துரத்து கி ற து.
விடாது பாயும்
அலைகளை
ஏ..ய்...த்து
நீந்தும்
ஒரு வித்தைக்காரியாகி,
தனை வெல்ல வெறியூட்டும்,
காமத்தை
தன் பெரும் புதிரை
அவிழ்க்கத் தூண்டும் அது, உரு மாறி
பிள்ளையிழந்த விசரியாய்
'சாகசம்' அற்ற 'தோல்வி'யாய்
ஒப்பாரி வைக்கிறது
விடாது.

இடையில்:
கரை மணலிற் பெயர் எழுதி

பாடல் வரிகளை வாயாடி
தோழிகளுடன்
கால்கள் புதைய நடந்து
இடையே அவர்களைத் தொலைத்து
கடல் பார்த்திருத்தல்.
பேரலையொன்று மோத, நெருங்கி நின்று,
யாரும் காணாதிருக்கும் பிரயத்தனங்களுடன்
கழுத்தில் முத்திமிட்ட(அ)வனை
உதடு வேண்ட,
கடலலைகளோ ஆயிரம் ஆயிரம் கரங்களாய்ப் பாய்ந்து வரும்
ஒவ்வொரு பிடியிலும்
கந்தன் இருந்து கொண்டிருப்பான்...
எப் பொழுதுக்காயோ காத்திருப்பவரின் சொற்கள்
தன் இளமையை அழித்த போரினைச் சாட
பிடாரியோ
வரும் தலைமுறைகளை விழுங்குகிறது
இப்படி ஒரு பொழுதை யாரும் பார்த்திருப்பதில்லை..
மரபின் கவசங்களை உடைத்து
கைகளால் இறைஞ்சி
உன்னுடைய தகப்பன் மண்டியிட்டழுகிறான்
"மீன் குஞ்சுகள் போன்று பொளிந்த
சிறுநீளக் கண்களும்
தாயின் தேகமும் உடை
என் கறுப்புக் குட்டியை விட்டு விடுங்கள்
இளமை பறிக்கப்பட்ட புரூவாய்
சன்னலடியில் அவன் இறப்புக்காய் தயாராக
நெஞ்சம் வெடித்து
வரிகளற்றவனாய்
அவனினது இளமையை
இனி சுமக்க வேண்டியவனாய்
ஆகவெனக் காத்திருக்க
விரும்பவில்லையே நான்."

அலட்சியமாய் வந்து வந்து

நின்று கேட்காது
போகும்
ஒவ்வொரு அலையிடமும்
பெற்றோர்கள் மன்றாடுகிறார்கள்
முன்னாலும் பின்னாலும் ஓடி
தம் மண்ணிலும் விழுந்து கெஞ்சி.

இரையும் மூச்சினதும் துயரினதும் தடமறியாது
- தம் காதுகளுள் பஞ்சடைத்துக் கொண்ட
அவர்களது குரலோ
கடலின் இரைச்சலை ஒத்து
போர்நிலத்துக்கு அப்பாலிருந்து கூறும்,
எவ்வுணர்ச்சியும் கசியா
மாறவே மாறா(த)
கற்கள் கோர்த்த சுலோகங்களாய்:
   "யுத்தத்தில் இதெல்லாம் சகஜம்"
   "எல்லாருக்கும் நடக்கிறது தானே"
   "எல்லாரையும் தானே பிடிக்கினம்"
   "பிள்ளையளப் பிடிக்காட்டி
எப்பிடிப் போர் நடக்கிறது?"
"எங்கட வெற்றிக்காண்டி 'யாரோ'
சாகத்தானே வேணும்?"

வலிகளுக்குத்
தொலைவிலிருக்கும்
அவர்களுக்காக, ஆம் அவர்களுக்காக மாத்திரம்
காலம் பிள்ளைகளற்ற ஒரு நிலத்தைக்
- கொண்டு வரலாம்
மனுச ஓலங்கள் மீதாக
அல்லது
கண்ணீர் ஓய்ந்து
வெறும் கூடுகளாயிருக்கிற கண்களுக்கு
- வயதாகிக்
கொண்டாடுவதுக்கு யாருமற்ற போதான விருந்தாய்

அதன் வரவு நிகழலாம்;
'அவர்கள்' நினைத்தால்
எதுவும் நடக்கலாம்.
ஆனால் அன்பே!
அங்கே நாம் வாழ்ந்திருக்க முடியாது
எம் பிள்ளைகளது சிதைகள் மீதாக
அவர்களின் இளமையில் வாழ்ந்த பாவிகளாய்

11 செப் 2007

'... இங்கே போர் முழு அளவில் தொடங்கித்தாண்டவம் ஆடுகிறது. இந்தமுறை இதற்குள் தப்பினால்தான் எதுவும். என்ன நடக்குமோ.' தொலைவிருந்து ஒரு கடிதம். புரு: எஸ்.ராமகிருஷ்ணனின் : 'உபபாண்டவம்' நாவலில் வருகின்ற, தன் தகப்பனிடம் இளமையைக் கொடுத்து, தகப்பனின் ஆயுளை வேண்டி மூப்பெய்திய புத்திரனின் பாத்திரம்.

அவன் கொல்லப்பட்ட நாள்
இவனது உள்ளுணர்வுகள் சொல்லின
அன்றைய நாள் வழமைக்கு எதிராய்

பிண எண் '1084 இன் அம்மா'
உயிரான ப்ரதீயின்
பிரசவ நாளில்
எப்படிப் புரண்டாளோ, அதுக்குக்
கிட்டவான தவிப்பு,
அவனது நிலைகொள்ளா மனதினில்.

தொலைபேசியில்
தழுவ உறவுகளற்ற எல்லைகளுக்கு அப்பாலே
'தகவல்' தரப்பட்ட போதில்
ஓரமாய்ப் போயிருந்து
- போரின் இடையீடு அற்றிருந்த
இனிய நினைவுகளை
சின்ன விளையாட்டுக்களை
வாஞ்சையான சின்னத் தம்பியின்
'குளப்படி' முகத்தை
நினைவுகொண்டழுத
தன் சகோதரனை இழந்த(அ)வனது பெயரை
தரப் போவதில்லை இங்கே.
பறிக்கப்பட்ட

நீத்தார் பாடல்

மகவை - சகோதரரை - நேசகரை உடைய
அது உங்களிலும் யாரோவினது பெயர்

பறிகொடுத்தவர்கள் தொடர்பில்
உம் வீடுகளில் கவிகிற மௌனத்தை
பிடித்துலுக்குகிறது
படத்தறையில் அம்மாவின் விசும்பல்
தான் வாழும் ஒவ்வொரு புதிய நாளிடமும்
வாழாத தன் மகவின் இளமையை
சொல்லிச் சொல்லி அழுகிறாள்
நிலம் கிடந்து அதிர.

விழுகிற வெற்றிடத்தில்
எம் மதுக்குவளைகள் நிறைய - அதிலே
அன்புக்குரியவர் பெயர்கள் நிரம்புகின்றன
உயிர் கொல்லும் அமிலம்
அழிக்கப் போவது உடலையா ஞாபகங்களையா
யாரோ கேட்கையில்
மெழுகுவர்த்திகள் நூர்ந்து
இருள்.
இருள்.

2008

*'இலக்கம் 1084 இன் அம்மா': மஹாஸ்வேதா தேவியின் நாவல், நக்சல்பாரி இயக்கத்தில் இருந்து பின் அரச காடையர்களால் கொல்லப்பட்ட மகனது கனவுகளைத் தேடும் தாயினது கதை.

இரணைமடு 2007

நான் இறந்த போது
எனது தகப்பன் மரங்களுடன் பேசத் தொடங்கினான்
அவன் பேசியதோ
அம் மண்ணெல்லாம் அடியுண்டு,
'வீரம்' பேசிப்
பொங்கித் திரிந்த ஓர் நாளில்,
தன் கண் முன்
விழுந்த உயிருகளின் ரத்தத்தால் அழிக்கப்பட்ட
தன் இளமை பற்றியதாயோ
அக் காலங்களைப் பிதற்றிய
'கவிதை'களைப் பற்றியதாயோ
- இல்லை

வெறியுடன் சுற்றும் கிபீர்கள் குறிகளில்
விழுந்த உடல்களது குருதிபட்டும் துளைபட்டும்
சேதமிருந்த
மரங்களின் தேகத்தைத் தடவியவாறே
அவர் நெடு நேரம் பேசினார்...
சிலவேளை,
கேசவன் குட்டி, நீ, முன்பொருபோது
செத்தவீடொன்றின் ஓரமாயிருந்து
சிறு குழந்தையொன்றை உறங்குமாறு
முதுகிற் தட்டி,
தாலாட்டுகையில் உதிர்த்த சொற்களின் சாந்தம்

அது கொண்டிருந்தது

ராவுகள் பகலுகள் அம் மரங்களை நாள் வைத்து
கட்டிக் கொண்டு கிடந்து, முத்தமிட்டு, பசிக்கையில்
வானத்தை நோக்கி ஏசிக் கொண்டு
அவர் நடக்கும்வரை...
பேரனைத் தடவும் பாட்டனின் கதைகளின்
பவித்திரமென, அது
அவ்விடமிருந்து கொண்டிருக்கும்

அவர் போன பிறகு, கடவுளே...
மரங்கள் அழுதன
ராவுகள் பகலுகள் யாரும் அருகிருக்க முடியாப்
- பயங்கர அழுகை

அப்போதுதான்
பாதியும் உண்ணாதவனாய்
எனது தகப்பன் திரும்பி ஓடி வந்தான்
யாருமே காணாதபடி
'ஒரு பயித்தியத்தைப் போல' கத்தியவாறு
அதைச் சடங்கென்று சொல்வார்களானால்
அவையே நடுங்குவன போல
ஒவ்வொரு மரங்களாய்
சுற்றி சுற்றி
ஐய்யோ
எனது பெயரைத் தான்
சொல்லிக் கொண்டிருந்தான்....

12 நவம்பர் 2007

இரணைமடு: ஈழத்தில் வன்னிப் பிரதேசத்தில் ஒரு ஊர்.

2008 - 201?

பாலா அங்கிள்

01

அவ்விடம் அது நச்சாய்த் தங்க
ஓர் ஈட்டியைத் தொண்டைக்குள் எறிந்து நகர்ந்த
'பழைய காதலர்' முன் அடக்கிவைத்திருக்கும் அழுகையுடன்,
கனவில்
'கருணை வீதியைத்' தேடிப் போன ஆன் செக்ஸ்ரனாய்,
பிறழ்வின் கயிறுகள்
கனவுகளையும் மூளையையும் இறுக்க
நான் பாலா அங்கிளைத் தேடிப் போனேன்..

அவரைக் காணோம்.

அவர் சுடப் பட்டிருந்தார்
அவர் காணாமற் போயிருந்தார்
போர்
மீளத் தொடங்கிடும் நாள் வரையில்
போரிட அவர் ஆட்கள் திரட்டினார்

திடுக்குற்றெழுந்த நாள் ஒன்றிலோ,
என்றோ
வஞ்சிக்கப்பட்டவரான யூதரால்
'திருப்பி எழுதப்பட்ட' வரலாற்றில்,
பலஸ்தீனத்தில்

திருப்பி இழைக்கப்பட்ட குற்றங்களின்
குற்றஉணர்ச்சிகளிலிருந்து தப்ப,
பாலா அங்கிள் தூக்கில் தொங்கினார்

02

அவர் கால்கள் நடக்காது
ஈழக் கிராமங்கள் கிடையாது.
அதனால் அவர் சுடப்பட்டிருக்கலாம்..
காதல் தொடுகிற வயதில் - அவர்
இப் போராட்டத்தில் இணைந்தார்;
இன்று தசாப்தம்கள் கழிய
மூன்று குழந்தைகளின் தகப்பன்!
'அன்று'
காதல் தொடுகிற வயதில் போராடினார்
எனினும்
எமது அரசியல் பாதையில்
'இன்று' முக்கியம்!
இன்று அவர் யார்? எதிரியா நண்பனா ?
தேவையா இல்லையா?
'இல்லை.'
'இன்று' அவர் துரோகி.
ஆகவே

எம் போராட்ட வரலாற்றில்
அவரது பெறுமதி:
மூன்று தோட்டாக்கள் ஆகும்!
அதனால் அவர் கொல்லப்பட்டிருக்கலாம்...

03

ஓர் நாள் நான்
அகதிகளது நகரிலே கண்டேன்
போராடி
தன் கைகளை இழந்தவள் ஒருத்தியை.
முன்னைநாள் பெண் போராளியை.
"உங்களது அப்பா
உலக அரசியல் நிகழ்வுகளோடு ஒப்பிட்டு
அருமையாய் பேசுவார்...
அரசியற் பரப்புரை..
அவரினால் தான் நானும்
போரிட இணைந்தேன்" என்றாள்

நான் திக்குகள் எட்டும் பார்த்தேன்:
அவரைக் காணோம்.

அவர் சுடப் பட்டிருந்தார்
அவர் காணாமற் போயிருந்தார்

அவர் போரிட ஆட்கள் சேர்த்தார்
அல்லது
சிந்திக்க அவகாசம் தந்து
போர் நிறுத்தப்பட்டிருந்தவோர் நாளில்
குற்றஉணர்ச்சியில் தூங்கில்த் தொங்கினார்
இல்லை
அவர் சுடப் பட்டிருந்தார்?

இரத்தம் தெறிக்க விழுந்து கிடந்தவரிடம்
அப்பாவின் முகத்தை கண்ட நான் அக்
(கொடுங்) கனவிலிருந்து தப்ப(வாய்) ஓடினேன்
முடியாது(.)
உள்ளும் வெளியும்
தப்பவியலாத வியூகத்துள் அபிமன்யூவெனச்
சிக்கி,
கனவுகளுக்குள் களைத்து வீழ்கையில்,
வேற வழியற்ற நானும்
நிலத்திலடித்தடித்து
அம்மாவைப் போல கத்தத் தொடங்கினேன்...

மே 2008   2009

ஆன் செக்ஸ்ரன் (1928 1974): அமெரிக்கப் பெண் கவிஞர். அவரது கவிதையொன்றினது தலைப்பே கருணை வீதி (Mercy Street). அக் கவிதை அவரது கனவு ஒன்று குறித்த விபரித்தலாய் அமைந்திருக்கும். அக் கனவினில் ஆன் செக்ஸ்ரன் கருணை வீதி என்கிற பெயரிலான ஒரு வீதியினைத் தேடிக் கொண்டிருப்பார்; ஆனால், அப்படியொரு வீதி கிடையாது.

இருத்தலை நிறுத்தி விட்டார்கள்

12232009

.... **வெ**ற்றிகளைத் தொடருமவர் காலடிகள் அறியும்.
நானும் அறிவேன்,
காதலுக்காக இனி அழ முடியாது.
நீ காத்திருக்கப் போவதுமில்லை.
கால்களை இறுக்கிக் கட்டிக் கொண்டு
'போகாதே' எனுகிற உறவு
எனக்கும் வேண்டாம்.
ஆசை கசியக் கசியக் கடந்துபோன தெருவின்
கொடிகளில் தொங்கும் கொவ்வம் பழங்களை நினைவூட்டும்
அவ் உதடுகளும் மறந்துவிடும்,
தம் நினைவுகளை.

06122010

நேற்றொரு நாள்
போர்க் கைதி என்ற சொல் செய்திகளிலிருந்து விழுந்தது

வரலாற்றில்:
அவர் போர்க் கைதியா(ய்)
குற்றவாளியா(ய்)
எனினும்

இருந்தாரா உயிருடன்?
அல்லாவிடில்,
பின்னால் கைகள் கட்டப்பட்டிருக்க
கைவிடப்பட்டவராய்
சுடப்பட்டுத் தானிருப்பாரா?
தோட்டாக்கள்
பின்னாலிருந்தா முன்னாலிருந்தா வந்தன
விரைந்...து?

01292010

பெயர்கள் மாறிக் கொண்டிருக்கின்றன
ஒவ்வொரு முறையும்
சுடப்பட்டு விழுத்தப்பட்ட மகனின் அம்மாவினதாய்
பிள்ளைபெறாத உன் வயிறு துடிப்பதை அறிவேன்.
சார்பின்றி நியாயத்தைப் பேசியவர்களைத் துப்பாக்கிகள் விழுங்க
இன்று கண்டவரில் அப்பாவின் குரல் இருந்தது
"..நாங்க செத்துப் போவம்..
நீங்க தான் இருப்பிங்க..
ஒற்றுமையா
நல்லாப் படிச்சு
முன்னேறி
சனத்துக்கு உதவோணும்
சரியா?"

அக்கறையான அந்தக் குரல்
என்னைத் தொடர்ந்து கொண்டிருக்க
ஆயுதங்களும் அதனைத் தொடர்ந்து கொண்டிருந்தன
சொல்லி முடிக்கையில் அவரும் சுடப்பட்டுத்தானிருந்தார்
மண்ணில்

03222010

பாலா அங்கிள்,
நீங்கள் எங்கிருப்பீர்கள்?
மீள மீள
நீளும் கொடிய தெருவெங்கிலும்
அன்றென் அம்மா ஓடிய அதே நிலையில்
துணைகளது
இருத்தலும் இல்லாதிருத்தலும்
நீர் மறைக்கும் அவள் கண்களது மங்கலாய்
தவறித் தவறி விழுகிறதே,
எக் காலத்திலும் தொடரும்
இவ் அவலங்களை
நிறுத்த வேண்டி..

இந்த
ஆண்களின் வாய்களோ
தம் சூத்திரங்களது தோல்வியை மறைக்கின்றன
காரணங் கேட்டால்
எதிரியை நோக்கியே விரல்கள் நீள்கின்றன
'இராணுவத் தளபதியைத் தேரும்
தந்திரோபாய தேர்தல் முன்நகர்வுகள்'
எதிர்காலத்தைத் தீர்மானிக்க
இறந்தகால
'வட்டுக்கோட்டை'ப் பின்நகர்வுகள்.
பகிஷ்கரிப்பவர் விரல்களை
வெட்டிக் கொண்டு போய்
வாக்குப் பதிந்து

நாடு கடந்த தேசநிர்ணயம்
குந்தியிருந்து பேசி
பணம் கண்ட இருக்கைகள்
ஆ...டிய கால்களாய்.. பாடிய வாய்களாய்.

தொண்டைக்குள் இரத்தம் நிரம்பிவிட்டது.
காலாவதியான ஒரு காலத்தை நான் காவிச் செல்ல
தாங்கவியலாத நிலமோ
'புதிய' இரத்தங்களைக் கக்குகிறது - அது
என் வாய் வரைத் தளும்பித் தளும்பி நிற்க
பேச முடியாது
நான் பாலா அங்கிளைத் தேடிப் போகிறேன்
அன்று
அப்பா விழுத்தப்பட்டுக் கிடந்த அதே மண்ணில்
குருதியோ
வேர்களுள் ஊறி ஊறி
கனவுகளிலும் உறைய மறுத்துப் பீரிட்டவாறு...
அப்பா
அப்பா

03222010

"**இ**ன்று நான் அவரது மனைவியைப் பார்த்தேன்;
அழுதா.....
அவாக்கு நான் என்ன பதில் சொல்ல?"
இவ்வாறு அவர் சொன்னார்;
தொலைபேசி
முகங்களை இன்னும் இறுக்கிற்று
உறுதியற்று நின்றன வார்த்தைகள்
வெறுமனே
பதிலற்றுத் தொண்டை வரள
நான் சொல்கிறேன்
"அவர் இருக்கிறார்
என்று தான் சொல்கிறார்கள்"

வார்த்தைகள் ஒன்றோடொன்று முரண்ட
நிச்சயமற்று ஒலிக்கும் என் குரல் நெருடும்.
முன்பொருபோது
எந்தத் தெரு தன் துணையிடம் இட்டும் செல்லும்
என்பதறியாது
திசையெங்கும்
ஓடியவளது பாதடிகளை என் காதுகளும் அறியும்.
எனினும்,
இன்று
அது நடந்த நிலமிருந்து தொலைவிலிருக்கும்
நான் தொடர்ந்தேன்
'அவரது நண்பர்கள் அப்படித்தான் சொல்கிறார்கள்...
அவர் இருக்கிறார்'

"சரி...." அவரோ நிதானிக்கிறார்,
"அப்ப ஆள் எங்க?"

அதிகாரத்தின் முன்
எதுவும் செய்யப் பலமற்று
தலையைத் தொங்கப் போட்டவாறு,
எம் அன்புக்குரியவர்களை
அவர்களது கண்களுக்கு எதிரே துவக்கினை நீட்டி
'அவர்கள்' சுட்டிருக்கக் கூடாது என நினைத்ததை
அவளிடம் போய்ச் சொல்ல முடியுமா?
அன்று
தன் துணைக்காண்டி
மனநல விடுதிகளைக் கூவியழைத்த
அம்மாவின் கதறலை
வரலாற்றினைப் போல
எம் மனங்களும் கூட
மறந்து விடுவதா?
செய்ய ஒன்றுமற்ற போது
கருணைக் கொலையைப் பரிந்துரைப்பதில்
நாம் மதிப்பிட ஏதும் இருக்கிறதா?

03222010

'தந்திரோபாய தேர்தல் முன்நகர்வுகள்'
'வட்டுக்கோட்டை'ப் பின் நகர்வுகள்
நாடு கடந்த தேசம்
இன்னும் இன்னும்
தீர்மானங்கள் பேசும்
அந்தக் குரல்களை நோக்கி முழங்காலிட்டு
நியாயங் கேட்க
எவர் வருவர் புதிய தேவர்களாய்?
காலாவதியான காலத்தை
இன்றை நோக்கி நகர்த்துவதை மறுத்தும்
"தோல்வி"க்கான தமது தரப்பின்
பொறுப்பெடுத்தல்களைத் தவிர்த்தும்
அதிகாரத்தின் வெறிக்கு
தம்மைப் பலிகொடுத்த மக்களைத் விடுத்து(ம்),
தாமே தொடர்ந்தும்
பேசிடும் அரசியல்
யாருக்கானது?

தம் அரசியலை நம்பியவரைத் கூடக் கழுத்தறுத்துவிட்டு
தமக்குள் பேசும் அபத்தத்தைத் அவர்கள் நிறுத்துவார்களா

தமிழ்த் தேச விடுதலையின் பேரில்
புலம்பெயர் நிலங்களில் சேகரித்த பணப்பெட்டிகளில்
தனிநபர்கள் ஆள விடப்பட்ட அந்தக் கறுப்புப் பணம்
மக்களின் பணம்....
வெளியேறப் பணமற்று
தனித்து வைக்கப்பட்டிருக்கும் வறிய போராளிகளும்
பிடித்துச் செல்லப்பட்ட சிறு பிள்ளைகளும்
அஃதால் பயனடைவார்களா?
இதுகால் தாம் சொகுசு கண்ட
செல்வத்தைப் பதுக்கி வைக்கும்
ஒவ்வொரு பிரமுகர்களுக்கும்,

போரிடக் களமற்ற
முன்னாள் போராளிகள்
ஓட
பந்தயமற்ற குதிரைகள் போல
'இனி என்ன தேவை' என்பதா?
ஒரு தலைக்கு இத்தனை எனப் போட
போராட்டத்தின் பேரில்
சேகரித்த பணம் மிஞ்சியில்லையா?

உறுதிப்படுத்தப்படாத இருத்தலுடன்
கைவிடப்பட்டவர் குறித்து
பேச மறுக்கிற - பெரும்
குரல்களது மௌனம் துன்புறுத்துகிறது...

உத்தியோகபூர்வமாய் அழிக்கப்பட்ட தலைமைகள்
தவிர, கைதாகியவர்கள் என்ன ஆனார்கள்?

005202010

பதாகைகளுடன்
அன்புக்குரியவர்களது புகைப்படங்களுடன்
வீதியெங்கும் பெண்கள்
கனவான்களே
கனவான்களே
எங்களவர்களுக்கு என்ன ஆயிற்று?

2009 - 2010

**அவர்கள் இருத்தலை நிறுத்திவிட்டார்கள்: ஓர்வெல்லின் 1984 நாவலில்* வருகிற 'they cheased to exist' வாசகத்தின் மொழி'பெயர்ப்பு'! இந்த *வாசகமானது, அந்த நாவலில், சர்வாதிகாரப் போக்குகளுள் வலுக்கட்டாயமாய் (வாழ்தல்) இருத்தல் மறுக்கப் பட்டவர்கள் - காணாமற் போனோர்களைக் குறிக்கப் பயன்படுத்தப்பட்டிருந்தது.*

The End
النهاية

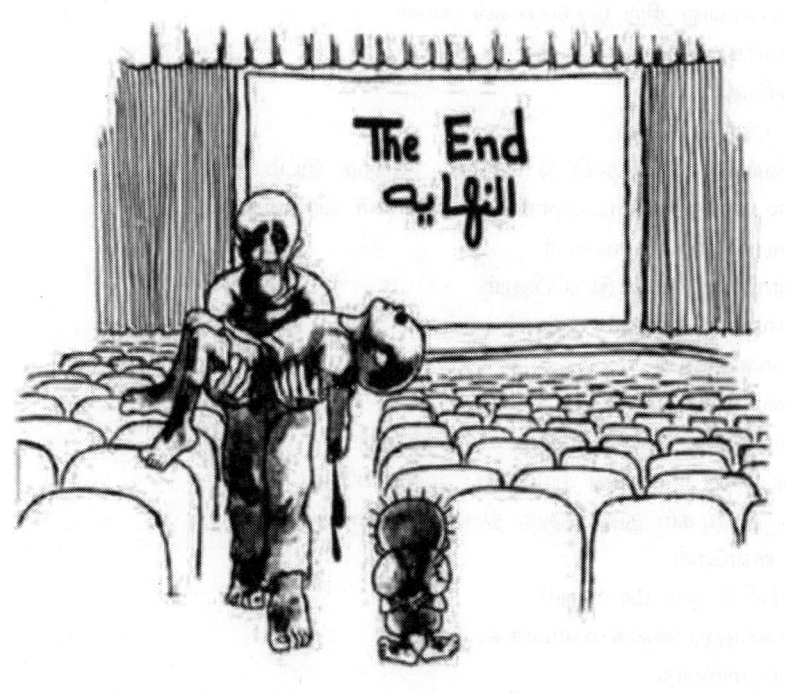

பிள்ளைகள் துயின்ற நிலம்

இங்குதான் பிள்ளைகள் உறங்கினர்
களம் சென்ற எச்சமாய்
சிலவேளை சிறு செங்கல்கள் தான்
அவர்களதென அடுக்கப்பட்டதோ...
அறிந்திரார்.
இருந்தும், வந்து,
அவர்களை முத்தமிட்டு செல்ல, இருந்த இடம் இதுவே.
பல கவிஞர்கள் பாடினார்கள் அவர்கள் வீரத்தை.
வேறும் சிலர் பாடினார்
வீரமும் தீரமும் இருப்பினும்
அவர்கள் ஒன்றும் பூரணர் அல்லர்
- என்பதனை.
அவர்களில்
மாற்றான் *'படைவலியை சிதைத்தவரும்
அப்பாவி மக்களது சிரமரிந்து முலையரிந்து
குருதி முகம் துடைத்துத் திரும்பியோரும்'
உள்ளரென
தம்மில் ஒரு மாசற்றும்
பெண்ணுடலைக் களமாக்கி,
யாருமறியாத
சுவர்களுள்ளே தந்திரமாய்
பெண் உணர்வரிந்தே வாழ்ந்த
'பூ'ரணரும்
புண்ணியரும் தான் பாடினர்.

எனினும் எம் பிள்ளைகள் உறங்கினர், அங்கே.
தவறுகளுடனும்
நாம் ஏற்றுக் கொண்ட,
இட்ட கட்டளையின் விசையை அழுத்திய
எமது பிள்ளைகள்.
அங்கே செங்கல்கள் இருக்கட்டும்
சிறு கட்டைகள் இருக்கட்டும்.
களம் சென்று திரும்பா உயிரின்
சதைத் துண்டென
மண்ணுள் உக்க ஒன்றும் இல்லாதும் போகட்டும்
பாருங்கள்...
என் பிள்ளைகள் குறித்ததொரு பிம்பம் இருந்ததங்கே
அவர்களது உயிரற்ற வெறுமை
பறிக்கப்பட்ட அந்த இளம் உடல்களது வாழும் உரிமை
வாழ்தலின் சுகங்களறியாது முடிந்துபோன அற்ப ஆயுள்
- தாக்கக் கடக்கும்
பெற்ற வயிறுகள்
இவை தொடுக்கும் பாரத்தைக் கடக்க
இருந்தது ஒரு சிறு இடம், நினைவென,
கல்வெட்டென, அடையாளமென.
ஆறாத மனமாற ஒரே ஒரு ஆறுதலாய்.
.....
நினைவுகள் தரை மட்டமாகின
கல்வெட்டுகள் மறைந்தன

அடையாளங்களைப் புல்டோசர்கள் உழுதன
சம தரையில்
அதன் வெறுமையில்
வந்தது தோல்வியல்ல;
கொடுந் துரோகம்.
அதைச் செய்தவர்கள் யார்?
நாம் அனைவரும்

17 ஆகஸ்ட் 2010

*இக் குறிப்பிட்ட வரிகள், கவிஞர் சேரனின் 'வீரர்கள் துயிலும் நிலம்' கவிதையிலிருந்து எடுத்தாளப்படுபவை.

அறிமுகம்: தொகுப்பாசிரியர்

குற்றவுணர்வின் குறிப்பு

"**நா**ன் கேட்கிறேன் அதன் ஓலத்தை.
சுடலையின் அமைதியை இடித்து
என் பிள்ளைகள் கதறுகின்றனர்
அந்தரா, ரூபி, மித்தாலியா
இந்தப் பேரண்டத்தில் உங்களுக்கென
மரணத்தை விட்டுச் செல்கிறேன்
மரணத்தின் வெறுப்பை,
துரோகத்தை,
அசமத்துவத்தை..
உங்களிடத்தே
ஒரு வடுவாக விட்டுச் செல்கிறேன்..."

"...
தூக்கி குறிபார்த்து கல்லை
எறிய கூடிருந்து சிதறி
பறவைகள் கலைந்து..
(ஓ... ஒரு நாயைப் போல கிடந்தாய்)
சேர்ட் பட்டன்கள்
அறுந்து விழுந்து
திறந்த நெஞ்ச மயிர்களில்
சிதறி இரத்தம்
இன்னும் பிளந்தால்
நெஞ்சு வெடித்துக் கதறும்
என் பிள்ளைகள் இருப்பார்கள்..."

இந்தத் தொகுப்பு எனது கைகளுக்குக் கிடைத்து கிட்டத்தட்ட ஒரு வருடமாவது ஆகியிருக்கும். இந் நிலத்தைச் சேர்ந்த ஒரு நபராக இத் தொகுதியின் உள்ளடக்கம் கடக்கக் கடினமான ஒன்றாக இருந்ததும் இதன் தொகுப்பாக்கத்தின் தாமதத்துக்குப் பிரதான காரணமாக இருந்தது.

தொகுப்பிலிருக்கும் கவிதைகள் மிக வெளிப்படையானவை; பாசாங்கு களற்றவை. கோபத்தைக் கோபமாக ஆற்றாமையை ஆற்றாமையாக, கழிவிரக்கத்தை குற்றவுணர்வை அதையதை அதுவாகவே மொழிபவை. நேரடியான சொற்களில் நெஞ்சில் அறையும் இந்த மொழி வாசித்த பிறகும் அதன் அழுத்தமற்று நாளாந்தத்தை தொடர முடியாதவாறு தொடர்ந்திருந்து சஞ்சலமூட்டுவது...

இக் கவிதைகள் எனக்குள்ளே கவிதைகளின் ஆகப் பிந்திய வடிவங்கள் என்று இருந்த எல்லா கற்பிதங்களையும் உடைத்திருக்கின்றன. கவித்துவ அழகியலையும் கலை அரசியலையும் வைத்துக் கொண்டு பூசி மெழுகாமல் எல்லாவற்றையும் இருப்பதை இருக்கிறபடி சொல்கிற ஒரு நேரிடையான மொழியில் இவை இயங்குகின்றன. கவிதைக்கான வழமையான எந்த அழகு படுத்தல்களோ ஒழுங்கமைவுகளோ இல்லாமல் பெருவிலங்குக் கூட்டமென கலைந்து பிறழ்வுற்றுக் கிடக்கும் மனித குலத்தினைப் போல உடனடியாக மனதைக் கலைத்து விடுகின்றன.

முழுக் கவிதைகளாக வாசிக்க வேண்டிய தேவையே கூட சில இடங்களில் தேவையில்லாமல் அல்லது தொடர்ந்து படிக்க விடாத நெருக்கடியை ஒரு கவிதை தந்து விடுகிறது.

நானும் ஒரு யுத்த நிலத்தில் பிறந்தவனும் வஞ்சிக்கப்பட்ட சிறு தேசியத்துக்குரியவனுமாய் அகதிகளாய் அலையும் கூட்டத்தில் ஒருவனுமாய் இருப்பதில் இந்தக் கவிதைகள் எனக்குள் பல்வேறு உணர்வுகளைத் தந்திருந்தன. இதனைத் தொகுத்த பிறகும் இவற்றை முழுமையாக வாசித்த திருப்தி ஏற்படவில்லை. முழுமையாக வாசிக்க, அல்லது முடிவை அறிந்து கொள்ளும் வரை படிப்பதற்கு - இவையொன்றும் கற்பனைக் கதைகள் அல்ல.

குருதி தெறிக்கிற கொலைகள், ஆயுதங்களின் உதவியோடு நீங்கள் முன் வைக்கிற அதிகாரத்தின் அரசியல் என "சனநாயக" அரசுகளின் வன்முறைகளை, ஆளப்படுபவர்களுக்கெதிரான அடக்குமுறைகளை, பெண்மொழியில் இத்தனை நேரிடையாக எழுதியவர்கள் மிக அரிது.

ஈழத்தின் சமாதான காலம் என்று கூறப்பட்ட, அனேகம் கொலைகள் நிகழ்ந்த காலம், அது தனிப்பட மனஉளைச்சலைத் தரக்கூடிய பல மரணங் களைச் சந்தித்த காலமாயிருந்தது. அது ஒரு களையெடுப்பு அல்லது எதிர்ப்பை அகற்றுதல் என்பதைப் போல தேடித் தேடி அதிகாரத்துக்கெதிரான குரல்கள் அழிக்கப்பட்டதும் உண்மைகள் மறைக்கப்பட்டதுமான ஒரு பெரிய அழிவுக் கான இடைவேளையும் ஒத்திகையும் போல இருந்த ஒரு காலகட்டம். பெரும் பாலும் இத் தொகுப்பினது கவிதைகள் அந்தக் காலப் பகுதியிலேயே எழுதப்பட்டி ருப்பதனால் அக் கால நினைவுகளில் உழலத் தொடங்கிவிடுகிறது மனம்.

ஒரு ஊழிக் காலத்தின் பாடல்களை எந்த விதமான பாசாங்குகளுமற்ற மொழியில் பாடிப் போயிருக்கும் கற்பகம் யசோதரவின் இந்தக் கவிதைகள் எழுதப்பட்ட மொழிக்குரிய மக்களுக்கு மாத்திரம் உரியதல்ல. உலகமெங்கும் அதிகாரங்களின் அடக்கு முறைக்கு ஆளாகிக் கொண்டிருக்கும் எல்லா மனிதர்களுக்கும் உரியது. நீத்தார்களுக்காக எழுதப்பட்ட இந்தப் பாடல்கள் அதிகாரத்திலிருப்பவர்களின் ஆடுகளமாக தகவமைக்கப்பட்ட இந்தப் பூமியில் எப்பொழுதும் வஞ்சிக்கப்படும் சிறுபான்மையினருக்கும் பெண்களுக்கும் தாழ்த்தப்பட்டவர்களுக்குமான பாடல்களாகவே இருக்கின்றன.

"ஆனால்
ஒரு விடியலில்
கிண்டப்பட்ட புதைகுழிக்குள்
பாழ் கிணறொன்றில்
கண்டெடுக்கப்படும் ஒன்றாய்
அழுகிய நாறிய அழிந்த ஒன்றாய்
என் தாய்க்கிழவியின்
ஒப்பாரி ஓலங்களிடையே
மேலே இழுக்கப்படுவதற்காய்
காலுகளே
என்னை விட்டுச் செல்லாதீர்கள்
கைகளே
என்னை கைவிட்டு விடாதீர்கள்"

இந்தக் குறிப்பை மற்றொரு முறையாக நான் திருத்தும் இந்த நாட்களில் எண்ணற்ற இனந்தெரியாத சடலங்களைக் காவல்துறை கண்டுபிடித்திருக்கிறது. பெண்கள் குழந்தைகள் ஆண்கள் என எல்லா வயதினருடையதும் இதனுள் அடங்கும். யுத்தத்துக்குப் பிறகு அதிகரிக்கும் தற்கொலைகள் கொலைகள் குறித்தும் பேச நிறைய இருக்கிறது. ஒரு வகையில் யுத்தத்தின் மிகுதி விளைவுகள்தான் இவையும். மற்றுமொன்றாக யுத்தத்துக்கு வெளியே இனந் தெரியாதவர்களால் கொல்லப்பட்ட எண்ணற்ற மரணங்களைக் கொண்டது எம்முடைய நிலம். இந்தக் கொலைகள் அச்சத்துக்குரியவை. அதிகாரங்களின் துப்பாக்கிகள் சிறுபான்மையினரின் குரல்களை ஒடுக்கும் இந்த அரசியல், தோற்கடிக்கப்பட்ட அல்லது வஞ்சிக்கப்பட்ட மக்களின் அன்றாட வாழ்வில், கண்ணுக்குத் தெரியாமல் பரவியிருக்கும் அழுத்தம் ஆகும். இப்போதும், இலங்கையின் கொலைக்களம் குறித்த பாலச்சந்திரன் (த.வி.புலிகளின் தலைவர் வே..பிரபாகரனது இளைய மகன்) படங்கள் உட்பட்ட மற்றுமொரு ஆவணப் படத்தை வெளியிட்டிருக்கிறார் கெலும் மக்கரே. ஐ.நா.வின் கண்துடைப்புகளுக்கான மற்றுமொரு கதையைப் போல முடியப் போகிற இந்த உண்மைகள் மேலும் மேலும் நாகரிமான

உலகம் என்று கூறப்படுகிற உலகின் மீது பெரும் அச்சத்தை எழுப்புகின்றது. சர்வதேச அமைப்புகள் இன்னமும் அழிவுகள் குறித்த அறிக்கைகளை மட்டுமே அளித்துக் கொண்டிருப்பதன் அபத்தத்தை உணர்த்துகின்றது.

எந்த அதிகாரங்களும் ஏற்றுக் கொள்வதில்லை பாதிக்கப்பட்டவர்களின் உண்மைகளை, எந்த தேவதூதனும் செவிசாய்ப்பதில்லை வஞ்சிக்கப்பட்டவர்களின் பிரார்த்தனைகளை. எதுவும் செய்ய முடியாது எல்லாவற்றையும் கடந்து போய்க் கொண்டிருக்கும் புரிபடாத இந்த வாழ்வு மீதான கேள்விகளும் கூட தீர்வதேயில்லை. காலம் என் சனங்களுக்கு ஒரு கடவுளை அனுப்பட்டும் - அவருக்கு சனங்களின் அரசியல் மீது தீராத நம்பிக்கை இருக்கட்டும்.

யாரோடும் பேச முடியாத மற்றுமொரு நாளின் பின்மதியத்தில் தட்டச்சிக் கொண்டிருக்கும் இந்த சொற்கள் எனக்கு கிடைத்திருப்பதில் நானும் புதிய நம்பிக்கை கொள்கிறேன். இச் சூழலுள் முற்றிலுமாய் பிறழாமல் கிடக்கும் இந்த மூளைக்கும் அதை தக்கவைத்திருக்க, கூட இருக்கும் எல்லாவற்றுக்கும் நன்றி. இந்த நாளாந்தங்களின் துரத்துதல் ஒரு வகையில் தொடர்ச்சியான நகர்வுக்கு உதவுகின்றன.

பெரும் அந்தரத்தோடு தொகுப்பை வாசித்தேன். அதனிலும் கழிவிரக்கம் மிகுந்த குற்றவுணர்வுகளோடு என்னால் எழுத முடியாத இந்தக் குறிப்பை உங்களுக்குத் தருகிறேன். இதனை வேறெந்த பெயரிலும் அன்றி எனது குற்றவுணர்வின் குறிப்பாகவே பகிரவும் விரும்புகிறேன்.

பாலசுப்பிரமணியம் காண்டீபராஜ்
பங்குனி 2013. யாழ்ப்பாணம்
kathalkaruppy@gmail.com